முஸ்தபாவை சுட்டுக்கொன்ற ஓரிரவு

அ க ர மு த ல் வ ன்

டிஸ்கவரி புக் பேலஸ்
கே.கே.நகர் மேற்கு, சென்னை - 600 078.
(பாண்டிச்சேரி கெஸ்ட் ஹவுஸ் அருகில்)
Ph: 044-4855 7525 Mobile: +91 87545 07070

முஸ்தபாவை சுட்டுக்கொன்ற
ஓரிரவு
(சிறுகதைகள்)
ஆசிரியர்: அகரமுதல்வன்©

**Musthfaavai Suttukkondra
Oriravu (short stories)
Author: Agaramuthalvan©**

1st Short Edition: Dec - 2016
2nd Short Edition: Oct - 2019
Pages: 112
ISBN: 97-893-84302-10-8
Book Design: Discovery Team

Publisher: Discovery Book Palace (P) Ltd.
6, Mahaveer Complex, Munusamy Salai,
K.K.Nagar West,Chennai-600 078.
Ph: +91 - 44-4855 7525
Mobile: +91 87545 07070

Email: **discoverybookpalace@gmail.com,**
Website: **www.discoverybookpalace.com**

Rs. 120

உங்கள் மொபைல் போனிலிருந்து ஸ்கேன் செய்து டிஸ்கவரி புக் பேலஸின் மொபைல் ஆப்பை டவுன்லோடு செய்து, புத்தகங்களை வாங்குங்கள்.

வட்டத்தைக் கீறி சதுரமென்பார்கள்
சதுரத்தைக் கீறி வட்டமென்பார்கள்
சதுரம்போலும் வட்டமென்பார்கள்
வட்டம்போலும் சதுரமென்பார்கள்

— ஜோர்ஜ் ஓர்வெல்

அகரமுதல்வன்

சுந்தரலிங்கம் அகரமுதல்வன் தமிழீழத்தின் வடபகுதியில் உள்ள 'பளை' எனும் ஊரில் 1992இல் பிறந்தார். 'தொடரும் நினைவுகள்', 'அத்தருணத்தில் பகை வீழ்த்தி', 'அறம் வெல்லும் அஞ்சற்க' 'டாங்கிகளில் சரியும் முல்லை நிலா' ஆகிய நான்கு கவிதைத் தொகுப்புகளும் 'இரண்டாம் லெப்ரினன்ட்' என்ற சிறுகதைத் தொகுப்பும் வெளியாகியுள்ளது. 'முஸ்தபாவைச் சுட்டுக்கொன்ற ஓரிரவு' இவரின் இரண்டாவது சிறுகதைத் தொகுப்பாகும். இணையங்களில் கலை, இலக்கியம், அரசியல் தொடர்பான கட்டுரைகளை எழுதிக் கொண்டிருக்கும் இவர் நிகழ்த்துக் கலைக் கலைஞன் ஆவார். இவரது 'அத்தருணத்தில் பகைவீழ்த்தி' கவிதைத் தொகுப்பு ஜெயந்தன் படைப்பிலக்கிய விருது மற்றும் கலகம் விருது ஆகியவற்றைப் பெற்றுள்ளது.

முள்ளிவாய்க்கால் இனப்படுகொலைக் களத்தில் காணாமல் ஆக்கப்பட்ட
க.வே.பாலகுமாரன் அவர்களுக்கு...

நல்மொழிக்கு அச்சமில்லை

நாஞ்சில் நாடன்

கடந்த ஆறுமாதங்களில், ஈழத் தமிழ்ப் படைப்புக்களில் ஏறத்தாழ 2500 பக்கங்கள் வாசித்தேன். யாவுமே பெரும்பாலும் இனஅழிப்பு நயவஞ்சகத்தின் பிறபாடு எழுதப்பெற்றவை. நான் வாசித்த ஒழுங்கில் குறிப்பிட வேண்டுமானால் ஷோபாசக்தியின் கண்டிவீரன், முப்பது நிறச் சொல், Box கதைப்புத்தகம். மெலிஞ்சிமுத்தனின் பிரண்டையாறு. கருணாகரனின் வேட்டைத்தோப்பு. தமிழ்க்கவியின் ஊழிக்காலம். சயந்தனின் ஆதிரை. குணா கவியழகனின் நஞ்சுண்ட காடு,விடமேறிய கனவு,அப்பால் ஒருநிலம். தமிழினியின் ஒரு கூர்வாளின் நிழலில். தமிழ்நதியின் பார்த்தீனியம். செல்வம் அருளானந்தத்தின் எழுதித் தீரா பக்கங்கள். அகரமுதல்வனின் இரண்டாம் லெப்ரினன்ட்.

இவற்றுள் பெரும்பான்மையான நூல்களை வாசிக்க துயரம் தாங்கும் மனம் வேண்டும். வலிக்காமலும் கண்ணீர் சிந்தாமலும் அவற்றை வாசிக்க இயலாது. புத்தக வாசிப்பு என்பது எப்போதுமே சுகானுபவம் அல்ல. பாதத்தில் கீறிப் புகுந்த உடைந்த குப்பிச் சில்லு போல, நொம்பலமும் இரத்தக்கசிவும் சுருக் சுருக் என்ற குத்துதலும் வேதனையும் வீக்கமும் உணர்த்துவது. மேலே குறிப்பிட்ட நூல்கள் பற்றிய கருத்துரைக்கு நான் ஈண்டு முனையவில்லை.

அறிவுஜீவிகள் என்று தம்மைக் கருதிக் கொண்டிருப்போர், ஊதியத்துக்கு உழைப்பவர்,

சமகால இந்த ஈழப் படைப்புக்களினுள்ளும் சாதி, வர்க்கம், இனம், மதம் என நுண்அரசியல் தேடுவார்கள். ஒரு மார்க்சிய செயல்பாட்டாளர் சயந்தனின் "ஆதிரை" நூல்பற்றி எழுதிய கட்டுரையில் கேட்டிருந்தார். தனி ஈழம் கிடைத்திருந்தாலும் அது யாழ்ப்பாணத்து வெள்ளாளர் அரசாங்கமாகத்தானே இருந்திருக்கும் என்று. அமையப்போகும் தமிழீழத்தின் அரசியல் அமைப்பு பற்றி 800 பக்கங்களில் ஆங்கிலத்தில் வெளியிடப்பட்ட புத்தகத்தின் தலைப்பபைக் கூட இவர்கள் அறிந்திருக்கமாட்டார்கள்.

தாம் சார்ந்திருக்கும் அரசியல் இயக்கத்தின் பார்ப்பனத் தலைமையின் கீழ் பல்லாண்டு பல்லாண்டு தொண்டர் அடிப்பொடியாகச் செயல்பட்டு நிற்பதை வசதியாக மறந்தே இதனைப் பேசுகிறார்கள்.

அவலம், மானுட அவலம், தமிழின அவலம் அலைக்கழிக்கிறது நம்மை. அந்த அவலங்களுக்கான மூலாதாரச் சக்கரங்கள் எவையென நாம் அறிவோம். அவற்றை ஆராய்வது எமது நோக்கமல்ல. பகையாலும் பழியாலும் சதியாலும் எரிந்தபின் காரணங்களைக் கண்டடைவது எவரைத் தேற்ற அல்லது ஆற்ற? உலகத் தொழிலாளர்களுக்காக ஒன்று படுகிறவர்கள், சொந்தச்சகோதரர்கள் துன்பத்தில் வீழ்தல் கண்டும் சிந்தை இரங்காரடி, கிளியே! வாய்ச்சொல்லில் வீரரடி!

வஞ்சனைப்பால் சோறு உண்ட இந்தியத் தமிழினம், திக்கும் திசையும் அறியாமல் திகைத்து நிற்கிறது. திரைப்பட நடிகர்களின் குசுக்குடித்து அலைகிறது.

மதுரையில் ஏழெட்டு ஆண்டுகளுக்கு முன்பு நடந்த இருநாள் இலக்கிய முகாம் ஒன்றின் இறுதி அமர்வான கலந்துரையாடலுக்கு நான் தலைமை தாங்க நேர்ந்தது. ஈழத்தில் தமிழன் எனும் ஒற்றைக்காரணத்துக்காக

நடந்து கொண்டிருந்த கொலைவெறியாட்டத்துக்கு எதிராகத் தமிழ்படைப்பாளிகளின் எதிர்வினை என்ன என்று கேட்டேன். முன்னணிப் படைப்பாளி ஒருவர் சொன்னார், இரண்டாம் உலகமகாயுத்தம் முடிந்த 50ஆண்டுகள் ஆனபின்பே அது குறித்துப் படைப்புகள் வந்தன என்று. அதற்கு மாற்றுக்குரல் கொடுத்த ஈழப்படைப்பாளி தமிழ்நதியை முற்போக்கு தோழர் ஒருவர் மூர்க்கமாக மறுத்தார் பண்பாடற்று. சிலியிலும் அல்ஜீரியாவிலும் எத்தியோப்பியாவிலும் பஞ்சம் வந்தால் மட்டுமே இங்கு கண்டன ஆர்ப்பாட்டங்களும் ஊர்வலங்களும் நடத்துவார்கள் போலும். தமிழன் செத்தால் என்ன, கொடுந்துயரில் வீழ்ந்தால் என்ன? இதைப் பேசப்புகுந்தால், மொழி அரசியலாகிவிடும்.

மேற்சொன்ன நூல்களை சேர்ந்தாற்போல வாசிக்கும் போது எனக்கு ஒன்று புலனாகியது. அவர்கள் துயரத்தை அவர்களே படைப்பாக்கிக் கொள்வார்கள் என்பதும், நமது முற்போக்கு கரிசனங்கள் வேண்டாம் என்பதும். புலிகளுக்கு ஆதரவா,எதிர்ப்பா, ஈழத்துக்கு ஆதரவா எதிர்ப்பா எனும் கேள்விகளைத் தாண்டி, தமிழனுக்கு எதிராக இழைக்கப்பட்ட என்ற ஒற்றைக்குறிக்கோளுடன் அவலங்கள் இன்று கனத்த படைப்புக்களாகி வருகின்றன.

இந்த மனநிலையுடன் தான் ஈழத் தமிழரின் ஒவ்வொரு படைப்பாளியையும் கவனிக்கிறேன். அது பிரான்ஸ், ஜெர்மெனி, சுவிட்சர்லாந்து,இங்கிலாந்து, அமெரிக்கா, கனடா அல்லது இந்தியா என்று எங்கிருந்து எழுதப்பட்டால் என்ன? மொழியின் பெயரால், சித்திரவதைக்கு ஆட்படுத்தப்பட்ட ஒரு இனத்தின் வலி சுமந்த எழுத்துக்கள் அவை.

தம்பி அகரமுதல்வன் எனக்கு அறிமுகமாகி ஆறேழு மாதங்களே இருக்கும். இரண்டாம் லெப்ரினன்ட் என்ற அவர் முதல் சிறுகதைத்தொகுப்பு

அன்றியும் நான்கு கவிதைத்தொகுப்புகள் அவர் கணக்கில். ஈழத்துத் தமிழ் எழுத்தாளர் பண்ணைக்கு ஒருவன் எனப் போந்திருக்கிறார். தமிழ்நதியின் நாவல் பார்த்தீனியம் வெளியீட்டு விழாவிற்கு போயிருந்தபோது இரண்டு நாட்கள் அவருடன் வித்தாசமாக அமர்ந்து பேச நேர்ந்தது. நேசமும் துடிப்பும் தீவிரமும் கொண்ட இளைஞன்.

"முஸ்தபாவைச் சுட்டுக் கொன்ற ஓரிரவு" என்ற இந்தத்தொகுப்பின் பத்துக் கதைகளையும் வாசிக்கும் போது தோன்றியது. மொழிக்குள் இத்தனை போராளிகள் செயல்படும்போது, உம்மை எவரால் வெல்ல முடியும் தமிழா என்று! அவரது ஒரு கவிதையில்

"இப்பொழுது கவிதைகளை வாசிப்பதை

நிறுத்திவிட்டு அனைவரும்

படுகொலைகள் குறித்து கவலைப்படுவோம்"

என்கிறார். இந்தக் கதைகள் பெரும் பான்மையானவை போர், அழிவு, கொடுங்கொலைகள், வதை எனப் பேசுகின்றன. நடந்த துயரங்களின் இரத்த சாட்சியங்கள். Sworn statements

அறிவுஜீவிகள் சிலர் இந்தத்தொகுப்பின் தலைப்பை மாத்திரம் பார்த்துவிட்டு வரலாற்றுப் பிழைகளை ஆராயப்போவார்கள். சிலர் இதன் உருவம் எதனைச் சுட்டுகிறது என விஞ்ஞானமாக விரித்துப் பொருள் கூறுவார்கள். எந்தப் படைப்பையும் புரிந்துகொள்வதற்கு அறிவுமட்டும் போதாது. கலையுணர்வும் வேண்டும். கலையுணர்வு என்பது காசுக்கு எட்டு என விற்கப்படுவதும் அல்ல.

எழுத்துத் தொழில் மேதைகள் விளம்புவது போல, போர் முடிந்து இரண்டு தலைமுறையினர் சாம்பலும் கரைக்கப்பட்ட பின்பு, நிலவொளியில் சுருட்டுப்பிடித்துக் கொண்டும், விஸ்கி கோப்பையைக்

கையில் வைத்துக்கொண்டும் நினைவுச் சரடு திரிப்பது சௌகரியமான இலக்கியம். அழுகிச் சொட்டும் புண்ணும் அறுபட்ட முலைகளும் குறிகளும் ஈ மொய்க்க வலியில் துடித்துக்கிடப்பதைச் சொல்வது இன்றைய ஈழத்து இலக்கியம். பேருந்து நிலையத்தின் மூத்திர வாடைக்கு மூக்கைப்பொத்துகிற கூட்டம் வாசித்துப்பார்த்தல் தான் உணர்வார்கள் ஈழப்படைப்பாளியின் சோகத்தை, வலியை, அமில அரிப்பை, நச்சுப்பட்டதன் மரணத்தை. குளிர்பதன அரங்குகளில் அமர்ந்து உலகத்திரைப்படங்கள் பார்த்து இலக்கிய மாதஇதழ்களில் மாய்ந்து மாய்ந்து எழுதுவதைப் போன்றதன்று அவர் அனுபவங்கள்.

அகரமுதல்வனின் இந்தக் கதைகள் அவரது வலிகளை நமக்கும் பெயர்க்கின்றன. "பட்டனன் என்றபோது எளிதினில் படுகிலேன் யான்" என்பதைப் போல, Die Hard Species இளையதாக வந்த இந்த எழுத்தாளனும். இந்தியத் தொன் மரபின் புனித சமூகம், மாவீரனின் மகனின் பிள்ளைக்கறி சமைத்து உண்டதையும் வேடிக்கை பார்த்தது. ஈழத்தமிழனுக்குத் தானே அதன் நொம்பலம் அர்த்தமாகும்.

இந்தக் கதைகளை வாசிக்கும் போது, உண்மைத் தீ பொசுக்கும் வாடையில் மூக்கு சுருங்குவதை உணரலாம். "திருவளர் ஞானசம்பந்தன்" கதையில் ஒரு உரையாடல்.

"ஜீவிதா நாம் தமிழ்மொழி பேசக்கூடிய அகதி இனமா?

"இல்லை நந்திதா, நாம் தமிழ்மொழி பேசுவதால் அகதி இனம்"

இதுதோர் சான்று. "கிழவி" என்றோர் கதை. இந்தக் கதையின் நுட்பம் உணரவே படைப்பாற்றல் வேண்டும். "பறி கொடுக்கப்பட்ட வாழ்வின் வாய்க்குள் அரிசி சொரிந்து கொண்டே இருந்தது" என்றெழுதும்

ஆற்றல் உடைய அகரமுதல்வனுக்கு சொல்ல என்னிடம் ஏதுமில்லை. "நிலமதி" என்றோர் சிறுகதை மற்றுமோர் எடுத்துக்காட்டு.

பத்துக்கதைகளின் சுருக்கம் எழுதி டிரெய்லர் ஓட்டுவது என் முன்னுரைப்பின் இலக்கணம் அல்ல. வாசகனே ஒரு சகபடைப்பாளி தான். அந்த நிலையில் நின்று அவன் வாசித்துப் பார்ப்பான் "தேடியலையும் நள்ளிரவு" போன்ற கதைகளை. "மரண வீட்டின் விடிகாலையைப் போல சித்தி களைத்துப்போயிருந்தாள்" என்று அந்தக் கதையின் தொடக்கவரிகளை அகரமுதல்வனால் எழுதமுடிகிறது. "எக்கச்சக்கமான மிதிவெடிகளுக்குள் மாட்டிக் கொண்ட மேய்ச்சல் மாட்டைப் போல என்ற உவமை அர்த்தமாக, மிதிவெடி என்றால் என்னவென்று பொருளாக வேண்டும். அதுபொருளாக ஈழத்துப் போர் பற்றிய புரிதல் இருக்க வேண்டும்.

அகரமுதல்வனே சொல்வதைப் போல "வாழ்வின் முற்றத்தில் அசலான கொடூரம் பந்தல் போட்டு நிரந்தரமாய் நிலைக்கின்ற" அனுபவம் பாடுபொருளாகும் போது எங்கிருந்து நாம் கதை சுவாரசியமும் நளினங்களும் நறுக்குகளும் எதிர்பார்ப்பது? அவை காணாமல்தான் போய்விடுகின்றன.

மிஞ்சிப்போனால் 25வயதிருக்கும் இந்த இளம் எழுத்தாளனுக்கு அதற்குள் இத்தனை அனுபவங்கள், பாதசாரியின் தலைப்பை இரவல் வாங்கினால் "மீனுக்குள் கடல்"

புண்ணில் இருந்து தெறிக்கும் புழுவைப்போல வெறுத்து ஒதுக்கும் பெரும்பாலான இந்தியத் தமிழ்மனம், ஈழப்பிரச்சனையை. அகரமுதல்வன் காட்சிப்படுத்தும் ஈழத்தமிழரின் வாழ்க்கை, நம்மையே புண்ணாகவும் புழுவாகவும் உணரவைப்பது.

கலித்தொகையின் குறிஞ்சிக் கலிப் பாடலில் கபிலர் சொன்னார்.

"செய்ததன் பயம் பற்று விடாது,

நயம் பற்று விடின் இல்லை நசை இயோர் திறத்தே"

என்று விரும்பியர் வருந்தும்படி நாம் செய்த கொடுமைக்கு மாற்றாக உதவி செய்யாமல் விட்டு விட்டால், நாம் செய்த தீங்கினால் ஏற்படும் கேடு நம்மைப் பற்றாமல் விடாது என்பது பொருள். இந்தக் கதைகள் பேசும் சம்பவங்களை எண்ணுங்கால், அச்சம் தோன்றுகிறது.

அகரமுதல்வனுக்கு ஒன்று சொல்வேன். "காலம் இருக்குது தம்பி, இன்னும் கனக்கக் கதைக்க!"

1. மரணத்தின் சுற்றிவளைப்பு – 15 ❖ 2. திருவளர் ஞானசம்பந்தன் – 24 ❖ 3. சர்வ வியாபகம் – 32 ❖ 4. கிழவி – 42 ❖ 5. நிலமதி – 53 ❖ 6. முஸ்தபாவை சுட்டுக்கொன்ற ஒரிரவு – 63 ❖ 7. பிரேதங்கள் களைத்து அழுகின்றன – 73 ❖ 8. பிட்டுப் பூசை – 85 ❖ 9. பெய்துகொண்டிருக்கும் மழை – 94 ❖ 10. தேடியலையும் நள்ளிரவு – 103

மரணத்தின் சுற்றிவளைப்பு

நித்திலாவிற்கு!

நேற்று வரை நீ உயிரோடு இருக்கிறாயா என்கிற அச்சம் தோய்ந்த கேள்வி தீபோல என்னை எரியூட்டியபடியிருந்தது. எக்கச்சக்கமான மிதிவெடிகளுக்குள் மாட்டிக்கொண்ட மேய்ச்சல் மாட்டைப்போல எங்கும் அசையவிடாமல் எங்கள் மூக்கணாங்கயிற்றை காலம் பிடித்துவிட்டது. காலத்தின் கரங்களுக்குள் எமது ஒவ்வொரு அடியும் நகர்கிறது. நீ எப்படி இருக்கிறாய் என்கிற துயரம் வெடிக்கும் யோசனையே ஒரு கொடும் சிறைபோல என்னை விடுவிக்க மறுக்கிறது. நான் அடைத்து வைக்கப்பட்டிருக்கும் அறையின் வலது ஜன்னலில் நிலவுபடுகிறது. எனக்கு அதைப் பார்க்க வேண்டும்போல தோன்றவில்லை நித்திலா. அடர்த்தியான இருண்ட மேகத்தில் நிலவு ஒளிருவது பிரபஞ்சத்தின் புனைவு. நீ உயிரோடு இருப்பதை அறிந்த இந்த இரவு உண்மையானது என்றாலும் நிலவு பொய்யைப்போலத் தேய்ந்து கொண்டிருக்கிறது.

இந்தக் கடிதத்தை நானொரு பொலிஸ்காரனிடம் கொடுத்து வைத்துவிடுவேன். அதற்கான கூலியாக எனது கையில் கிடந்த உனது நகைகளை அவனுக்கு கொடுத்து விட்டேன். கடிதத்தை வாங்குவதற்கு முன்னரே நகைகளை ஒரு மறைவான இடத்தில் வைத்து வாங்கிய அவன் ஏமாற்றமாட்டான் என்று என்னால் நம்பமுடியவில்லை. அவன்

எனது நம்பிக்கைக்கு எதிராக இயங்கினால் இந்தக் கடிதம் உனது கையில் கிடைத்து விடும். இன்று இராமநாதன் முகாமில இருந்து பிடிபட்ட 0 டீம் ஈழமாறன் அண்ணாதான் நீ முகாமில் இருப்பதாக சொன்னார். நித்திலா எம் வாழ்வில் சிதறிப் பிரிந்து போனவர்கள் சேர்ந்து கொள்வதற்கும் யாரேனும் ஒருவர் சிறைக்கு செல்லவேண்டும்.

நாம் எதிர்பாராத கசாப்புக் கடையில் தொங்கவிடப்பட்ட இறைச்சிகளைப்போல இரத்தம் வழிய வழிய சுவாசிக்கப்பழகி விட்டோம். இந்த வதைமுகாமில் அடைக்கப்பட்டிருக்கும் போராளிகளின் வாயிலிருந்து சிரிப்பை பார்த்தாலே போர்வெற்றி தோல்வி கண்டுவிட்டதைப்போல நிறைய ஆர்மிக்காரர்கள் ஒன்றாக வந்து அடிக்கிறார்கள். நாம் இன்னும் துயரத்திற்குள் இருந்து அழுவதைக் கற்றுக்கொள்ள வேண்டுமென அவன் நினைப்பது மடத்தனம். என்னைத் தொடர்ந்து விசாரணைக்கு அழைக்கிறார்கள். தொடர்ந்து விசாரிக்கப் படவேண்டியவர்களின் பட்டியலில் எனது பெயர் இருப்பதாக இப்போது சிவீபீ யாக இருக்கும் கடற்புலி தமிழ் என்னிடம் சொன்னான்.

நேற்றைய விசாரணையில் எல்லோருடைய உடல் அடையாளங்களும் படம் பிடிக்கப்பட்டு வரையப்பட்டது. உடலில் உள்ள போர்க்காயங்கள் எந்த சண்டையில் ஏற்பட்டதென என்றுவேறு சொல்ல வேண்டும். நான் ஆடைகளைக் களைந்து அவர்கள் சொன்னபடி நின்றபோது எனக்கு ஒரு விரையில்லை என சரியாக குறிப்பெடுத்துக் கொண்டார்கள். எந்தச் சண்டை என்று கேட்க முதலே ஆனையிறவு வெற்றிச் சமர் என்று வாய் தடுமாறி சொல்லிவிட்டேன். ஒரு முஸ்லிம் cid என்னை அடிப்பதுபோல வந்து ஆனையிறவு என்று மட்டும் சொல்ல வேணும் என்றான். என்னையும் அவர்களைப்போல தலையாட்ட பழக்கிறான்

என்று எண்ணிக்கொண்டேன். இராணுவத்தினர் என்னை ஒரு கொட்டை இல்லாதவன் என்று கூப்பிடத் தொடங்கினார்கள். நான் அது குறித்து கவலைப்படவில்லை. நித்திலா! நாட்டிற்காக இழந்த சிறு மயிரும் உயிரும் பெருமையானது. என் பெயர் சொல்லி அழைப்பதைப்போல கொட்டை இல்லாதவன் என்று அழைக்கும் போதெல்லாம் நான் அவர்களை திரும்பிப் பார்க்கிறேன். நீர் வற்றிப் போன ஆற்றின் சரீரம் வெடித்தோடும் ஈரம் பிறழ்ந்த கோடுகளைப்போல மனம் பிறழ்ந்த வெடிப்புகள் எனக்குள் நதிபோல ஓடுகிறது.

முள்ளிவாய்க்காலில் வைத்து நீ சுகமில்லாமல் இருப்பதாக சொன்னாய், எங்களுக்கு குழந்தை பிறக்கப் போவதை நினைத்து மகிழும் நிலைமை அப்போது இல்லாமலிருந்ததைப் போன்று இப்போதும் இல்லை. உனது வயிற்றில் எமது குழந்தை கருக்கொண்டதை நீ என்னிடம் சொன்னபோது நிறையக் குழந்தைகள் முள்ளிவாய்க்காலில் செத்தபடியிருந்தார்கள். எமது வாழ்வின் முற்றத்தில் அசலான கொடூரம் பந்தல் போட்டு நிரந்தரமாய் நிலைக்கிறது. நான் என்ன செய்யப் போகிறேன் என்று எண்ணுவதை விடுத்து என்னை என்ன செய்யப் போகிறார்கள் என யோசிக்கும் ஒரு காலத்தில் உயிர்வாழ்வது அவமானம். இங்கு இராணுவம் எமக்கு காட்டுகிற மரண பயம் ஆகப் பழையது. ஹிட்லர் காலத்து வதையின் வடிவங்களே இன்னும் இவர்களுக்கு முன்னோடியாக இருக்கிறது. சிங்களம் தெரிந்த சில பெடியள் சித்ரவதை தொடர்பான அதிருப்தியை இராணுவத்திடமே தெரிவிக்கிறார்கள். துன்பப்படுத்துவதைக்கூட புதிதாக கண்டுபிடிக்க தெரியாத அதிகாரத்தின் வன்முறை எங்களூர் குண்டு ரொபிதான், அது கரைந்து காணாமலாகிவிடும்.

நித்திலா! இன்னும் சுட்டுக் கொல்லப்பட விருப்பவர்களின் வரிசையில் முதல் ஆளாகக்கூட

நான் இருக்கலாம். அப்படி வாய்க்கும் ஒரு மரணத்தை நான் மறுக்கேன். அசையாமல் என் நெற்றியை குறிபார்க்கும் துவக்கின் குழலையே எனது கண்களும் குறி பார்க்கும். அவர்கள் இப்படிச் சுடும்போதும் எமக்கு முன்னால் நின்று சுடுவார்களோ தெரியவில்லை. எதிரியின் சன்னங்களை எனது நெஞ்சில் வாங்கிக்கொள்ள தயாராகி ஏறக்குறைய 24 வருடங்கள் ஆகிவிட்டன. இவர்கள் எம்மை கட்டிப் போட்டுச் சுட்டாலும் முதுகில் தானே சுடுகிறார்கள். இராணுவத்தின் துவக்குகள் போராளிகளின் நெஞ்சையே எதிர்கொள்ள அஞ்சுகின்றன. நித்திலா எனது குழந்தையை பார்த்து விடவேண்டும் என்கிற ஆசை எனக்குள் ஆழிப்பேரலைபோல அடித்துக்கொண்டிருக்கிறது.

நான் அடைக்கப்பட்டிருப்பதற்கு கீழே மாணவர்கள் விளையாடிக்கொண்டிருக்கிறார்கள். பள்ளிக்கூட கட்டடங்களில் வதை முகாமை உருவாக்குபவர்களை எதிர்த்து கேள்வி கேட்கமுடியாத ஆசிரியர்கள் மாணவர்களுக்கு கல்வியை கற்பிக்கிறார்கள். நாம் மரணத்திடம் இருந்து நிறையவே கற்றுக்கொண்டு விட்டோம். அது மகோன்னதமான விடுதலை. கல்லறைகளை கோவிலாக வணங்கும் எமது நிலத்தில் சாவு கடவுள்போல ஆகிவிட்டது. சாகப் பாக்கியமற்றவர்கள் கடவுளுக்கு விருப்பம் இல்லாதவர்கள். நித்திலா நீயும் நானும் இந்த சிறையில் உழலும் பிறரும் கடவுளுக்கு ஒவ்வாதவர்கள். யுத்தத்தில் நாம் தோற்கடிக்கப்பட்டதாக ஒவ்வொரு நாள் காலையிலும் எம்மில் ஒருவரை தாக்குகிறபோது இராணுவம் சொல்கிறது. இந்தத் தோல்வியறிவிப்பு எனக்கு அசதியையும் சலிப்பையும் தருகிறது.

ஏன் எம்மை யுத்தம் கைவிட்டது என்று இருண்ட வானத்தை பார்த்து கேட்கிறேன். அது பகிடியாக நட்சத்திரங்களை மின்ன விட்டு அமைதியாகவே இருக்கிறது. தலைவர் சொன்னது

மாதிரி இயற்கை அவருடைய தோழன்தான். அது எதையும் பேசுவதில்லை. நித்திலா! நீ முள்ளுக்கம்பியால் அடைக்கப்பட்டிருக்கும் முகாமுக்குள் வாழ்கிறாய்;நான் மின்சாரக்கம்பிகளால் அடைக்கப்பட்டிருக்கிறேன். அங்கு நிறைய மக்கள் சுடுகாட்டில் நடமாடுவதைப்போல நடந்து திரிகிறார்கள் என்று மாறன் என்னிடத்தில் சொன்னார். பரவாயில்லை நித்திலா. இங்கு அடைக்கப்பட்டிருக்கும் போராளிகள் பிணமாகவே கதைத்துக்கொண்டிருக்கிறார்கள். அவர்கள் பிள்ளைகளை நினைத்து கழிவறைகளுக்குள் அழுகிறார்கள். போராளிகள் துயரத்தில் அழுவதைக்கூட புரட்சி என்று நினைத்து வென்றவர்கள் அடிக்கிறார்கள். அடைக்கப்பட்ட போராளிகளின் கண்ணீர் அடக்குமுறையை அச்சுறுத்துகிறது.

நித்திலா... வேப்பமரத்தின் குயில் இந்த இரவிலும் கூவிக்கொண்டே இருக்கிறது. அதன் குரலில் பல்லாயிரம் தொண்டைகளின் துயர் கிளைக்கிறது. அந்தக் குயிலை நீ என்று அழைப்பதா? நான் என்று அழைப்பதா? நமது துயரத்தின் கூவல் இதற்கு முன் இப்படிக் கேட்டதா? குயிலின் குரலும் கூவலும் துயரமும் எம்மை ஒத்திருந்தாலும் குயில் மானமில்லாதது. அதற்கென சொந்தக் கூடே இருப்பதில்லை. அது எமது நாட்டை ஆக்கிரமித்து குடியேறும் சிங்களர்களைப்போல காகத்தின் கூட்டில் அல்லவா முட்டையிடும். நாம் எப்போது பிறர் நாட்டை விரும்பினோம். அந்தக் குயிலாய் நீயோ நானோ நாமோ இருக்கவே முடியாது. இரவு நேரத்திற்கான சாப்பாட்டை சாப்பிட்டு முடித்தவுடனேயே சத்தி எடுத்துவிட்டேன். சாப்பாட்டில் புழு வருகிறதா அல்லது புழுவுக்குள் சாப்பாடு வருகிறதா என்கிற கேள்வியோடுதான் ஒவ்வொரு நாளும் சாப்பிடுகிறேன். சாப்பிடாமல் இருந்து வாழமுடியாது என்கிற உடலின் விதி

கொடுமையானது. அது அதிகாரத்திற்கும் உகந்ததாக மாறியிருக்கிறது. நாம் சாப்பிடாமல் இருந்தால் எம்மை அடித்து சாப்பிடச் செய்கிறார்கள்.

இன்றைக்கு காலையில் போத்தலில் தண்ணீர் பிடிக்க கீழே இறங்கிப் போனபோது என்னை ஒரு ஆர்மிக்காரன் கூப்பிட்டான். அவன் தூசணத்தால் என்னைக் திரும்பி பலத்தாக அழைத்தான். எஜமானின் காலடி நோக்கி ஓடிவரும் நாய்க்குட்டிபோல ஓடிவரவேண்டும் என்று அவன் நினைத்திருந்தான். நித்திலா எமது கால்களுக்கு எஜமானர்கள் என்று இருக்காதது எமது குற்றமா? எமது கால்களுக்கான எஜமானக் குரல் என்றால் விடுதலை தானே. நான் ஒரு குட்டிதாய்ச்சி மாட்டைப்போல நடந்து போனேன். அவன் ஒன்றும் கதைக்கவேயில்லை. பிற போராளிகளுக்கு முன்னால் எனது சாறத்தை உரிந்து சப்பாத்துக்கால்களால் உறுப்பில் அடித்தான். உச்சியில் இருளத்தொடங்கிய எனது உடலை எப்படியோ நிதானித்து வீழாமல் பிடித்துக்கொண்டேன். அவனின் கால்களை தடுத்து இரண்டே அடிகளில் அவனை கொன்றிருக்கமுடியும். அது இப்போது தேவையற்றது. அவன் எதற்காக கூப்பிட்டான் என்று எனக்குத் தெரியாது ஆனால் என்னை நிர்வாணமாய் நிக்க வைத்து சப்பாத்துக்கால்களால் அடித்தான்.

உரிந்த எனது சாறத்தை தரமுடியாது என்று சொன்னான். நான் நிர்வாணமாகவே நடந்து மேலே வந்துவிட்டேன். அவனிடம் சாறத்தைக் கெஞ்சி வாங்கி கட்டும் நிர்வாணத்தை விட உடலின் நிர்வாணம் மேன்மையானது அல்லவா? நித்திலா! நாம் இனிமேலும் இணைவோமா என்கிற அன்பின் குரலடங்கிய தவிப்பு நங்கூரம்போல என்னில் குத்தி நிற்கிறது. பாழாங்கிணற்றில் வீழ்ந்த ஆட்டுக்குட்டி தண்ணீரில் துடிப்பதைப்போல பிரிவு வாய்பிளக்கிறது. நாம் கையெறிகுண்டுகளுக்குள் காதலை பரிமாறிக்கொண்டவர்கள். நித்திலா

உம்மை முதல் தடவையாக பார்த்த போர்க்களம் செழுமையுடன் இப்போதும் எனக்குள் இருக்கிறது. நாம் மரணத்தின் சகதியில் சந்தித்துக்கொண்டவர்கள். அந்தப் போர்க்களத்தில் உமது சத்தம், தாக்கும் யுக்தி, கட்டளை பரிமாறப்பட்ட விதங்கள் எல்லாம் எனது கண்களில் ஒரு பாம்பைப்போல சுருண்டு விரிகிறது. அதில் நிமிர்வான சுவாசத்தை தேசம் முழுதும் பரவவிட்டிருந்தோம்.

நித்திலா எத்தனை நாட்களை இருவரும் ஒன்றாக செலவழித்து இருக்கிறோம். உனது அசைவற்ற கண்களுக்குள் குளிர் காய்ந்திருந்த மிகவும் சொற்பமான இரவுகள் உடலை பாரிமாறியிருக்கிறோம். அந்த அலைகளின் சலனத்தை எப்படி மறக்கமுடியும். நமது கால்கள் இளைப்பாறியதென்றால் இதுபோலான நறுமணவிருந்துகளில்தான். வீட்டிற்கு விடுப்பில் சென்றாலும் அடுத்த நாளே பாசறைக்கு ஓடிப் போகும் அலாதியான உதிரம் நமக்குள் ஓடிக்கொண்டிருக்கிறது., வயல்காட்டில் விதை நெல்லைப்போல களத்தில் நமது குருதியையும் தசைகளையும் தூவி கைப்பற்றிக்கொண்ட ஆயுதங்களால் நாம் கைவிடப்பட்டிருக்கிறோம். நித்திலா எமது கைகளில் ஒரு விரலைப்போலவிருந்த துவக்குகள் எம் கைகளை விட்டுக் கழன்று விட்டன. எம் சுட்டு விரல்கள் நந்திக்கடலின் உப்புக் காற்றில் துருப்பிடித்துப் போயிருக்கும். எமது வானத்தில் இனியொரு மழையில்லை. இல்லவே இல்லை. எம் மக்களின் கண்களில் காய்ந்து போயிருக்கும் கண்ணீர் ஏற்கனவே வெடிகுண்டுகளுக்கு விதை எழுப்பிவிட்டது.

நான் அடைக்கப்பட்டிருக்கும் இந்த வதை முகாமில் உள்ள போராளிகளின் சிறு அமைதிகூட இராணுவத்தை குழப்புகிறது. என்னோடு இயக்கத்திலும் வதைமுகாமிலும் ஒன்றாகவிருந்த சிலரை நேற்றைக்கு நான்காம் மாடிக்குகொண்டு சென்று விட்டார்கள். கண்களில் காயப்பட்டு

இராணுவத்தின் கையில் பிடிபட்ட இளஞ் சேரனை இன்று வரைக்கும் ஆஸ்பதிரிக்குக் கொண்டு செல்லவில்லை. சீழ் பிடித்த கண்களால் அழும் இளஞ்சேரனின் கண்ணீர் நாறுகிறது. நானும் நான்காம் மாடிக்கு ஏற்றப்படலாம் என்று முந்தநாள் சொல்லியிருந்தார்கள். உண்மையில் அது சித்திரவதைகளின் தரப்படுத்தலில் பின்னுக்குப் போய்விட்டது. இப்போது நான்காம் மாடிகள் முதல்மாடியிலேயே வவுனியாவில் இயங்குகின்றன.

சரணடைந்தவர்கள் சிலரை சுட்டுக்கொன்ற பொழுது என்னோடு சேர்த்து மிச்சம் வைத்தவர்களை கூட்டிக்கொண்டு சென்றுவிட்டார்கள். நித்திலா! நாம் எங்கு சுட்டுக்கொல்லப்பட்டாலும் போராளிகளாகவே மரணித்துப் போகிறோம். நமது வாழ்வின் படிமம் ஆயுதங்களால் ஆனது. நான் இவர்களால் கொல்லப்படாமல் இருக்கிறேன் என்கிற மனத்துயர் பதற்றத்தை தருகிறது. நான் உன்னை எங்கிருந்தும் யாசிக்கிறேன். நாம் மரணத்தில் சந்தித்து மரணத்தில் பிரிய வல்லவர்களாய் ஆகியிருக்கிறோம். எனது கண்கள் இந்த இரவில் ஒளிர்வதைப்போல என்றும் ஒளிர்ந்தது கிடையாது என்று உமக்கு எழுதும் இந்தக் கடிதத்தின் சொற்கள் சொல்லுகின்றன. கசியும் வியர்வையை நான் துடைக்கவில்லை, அது உனது வாசனையைப்போலவே என்னில் ஏறுகிறது.

சந்தேகமில்லை நித்திலா இந்தப் பொழுதின் கை எனக்கென விரிந்துள்ளது. குரல்வளையில் கறுப்பு பறவையின் சிறகு உதிர்வதைப்போல துயரம் இறுகுகிறது. உன்னை முத்தமிடவேண்டும் என்கிற மிகச் சிரமமான ஆசை எனக்குள் திடுமென பிழம்பாகிறது.

நித்திலா! உன் முத்தமும் தழுவுதலும் நினைவுகளின் பாரமாய் என்னை அழுத்துகிறது. இந்த வதைமுகாமில் இருந்துகொண்டே நான் உனக்கொரு முத்தத்தை எப்படி அனுப்ப முடியும்.

நான் எங்கேயென்று தெரியாமல் அழுதபடியே வயிற்றில் குழந்தையை சுமக்கும் உனது துன்பம் எனது துயரங்களை விடவும் மிரட்சியானது. எப்போதாவது இரண்டு பறவைகளை எனது ஜன்னலுக்குள்ளால் பார்க்கிற போதெல்லாம் நாம் இணைகிறோம். நீயும் நோயுற்று சுமக்கும் எமது குழந்தையை பெற்றெடுத்துவிடவேண்டும். இதுவொரு தந்தையின் பிரார்த்தனை நித்திலா.

இந்த இரவின் நெருக்கம் அரூபமாய் எனக்கு பிடித்துவிட்டது. ஒவ்வொரு காலையைப்போலல்ல இன்றைக்கு விடிந்துகொண்டிருக்கும் காலை. எனக்கு இப்போது கண்ணை மூடக்கூட ஒவ்வாமையாக இருக்கிறது. எனது உதிர்ந்துகொண்டிருக்கும் உயிரை உன்னிடம் ஒளித்து வைக்க விரும்பவில்லை நித்திலா. எனக்கு அவர்கள் ஊசி அடித்துவிட்டார்கள். நான் இறந்துகொண்டிருப்பதை தெரிந்த எமது நிலத்தின் ஒரு துண்டுவாய் திறந்து புதைகுழியாய் தயாராகிவிட்டது.

நித்திலா இனி எமது முத்தமும் தழுவலும் துகள்களாகி விட்டன. எப்போதுமே இறந்து கொண்டிருக்கும் எனது கரங்களின் நடுக்கத்தை நீ என் கையெழுத்தின் தளும்பலில் உணர்ந்துகொள்வாய். எனது குருதி கொப்பளிக்கும் மரணத்தை எதிர்ப்பார்த்து நான் ஆயத்தமாய் இருக்கிறேன். ஆனால் அன்பே! விடுதலையின்போது கீதம் இசைப்பதைப்போல குழந்தையின் பெயரை மரணத்தின் முன் கேட்க வேண்டும் என்கிற ஆசை எனக்குள் துளைபோட்டு விட்டது. அதனை அறியும் வரைக்கும் எனது உயிர் வேப்பம் பிசினாக இழுபட்டுத்துடிக்கும் மரணத்தின் மீதே காத்திருக்கும். அன்பே! என் கால்களில் நிலத்தை அளந்த வனப்பு மங்கத் தொடங்குகிறது.

அன்பு 15.02.2010

திருவளர் ஞானசம்பந்தன்

அவனுக்கு இதுவுமொரு பெயர், "திருவளர்" ஞானசம்பந்தன்

சுமார் நாற்பது வயதிருக்கும். அகன்ற முகத்தில் தாடி. முகத்தில் எப்போதும் திகில் பிடித்த பாவம். வண்ணங்கள் நிரம்பிய கண்ணாடிக் குவளைகள் உடைந்து நொருங்குவதைப் போன்ற போதை நாளாந்தம். வெகுளியான கதை. கடந்து போகும் மனிதர்களை "திருவளர்" என்று அழைக்கும் பண்பு. தணியும் வெயிலின் பின்னே வானத்தையே உற்று நோக்கும் பைத்தியத்தனம். நலமடையும் நோயாளியைப்போல எப்போது பார்த்தாலும் கொட்டாவி. பொய்யை பொய்யாகச் சொல்லவே தெரியாத மனிதன். எப்போதும் துணிச்சலாய் அரசியல் பேசும் சிறந்த புத்திசாலி அல்லது மகிழ்ச்சியான விசரன்.

நீங்கள் அவனை சந்தித்திருக்கமுடியாது. நிறையத் தடவைகள் அவனைச் சந்திப்பதற்கான எத்தனங்களைச் செய்த போதிலும் அது தோல்வியிலேயே முடிந்தது. "திருவளர்" ஞானசம்பந்தனைப் சந்திக்கவேண்டும் என்கிற அவா நந்திதாவிடமிருந்தது. அகதி முகாம்களுக்குள் வெளியாட்கள் யாரும் செல்லமுடியாத கட்டுப்பாட்டினால் திருவளர் ஞானசம்பந்தனுடனான நந்திதாதவின் சந்திப்பு நிகழவே வாய்ப்பில்லாமல் போனது. ஆனால்

இன்றைக்கு நிலைமை வேறொன்று. சிகரெட் பிடித்தபடியிருக்கும் திருவாளர் ஞானசம்பந்தனுக்கு முன்னேயிருக்கும் கதிரையில் நந்திதா சிரித்தபடிக்கு இருந்தாள். குடி தண்ணீர் வரும் குழாயில் குடங்களை அடுக்கியபடியிருந்த பெண்களுக்குள் தீவிரமான வார்த்தை மோதல்கள் மூண்டது. முகாமின் வாசலில் நடிகர் விஜயின் ஒரு படம் போட்டு இருபது அடி பாதகை ஒன்று நிமிர்த்தப்பட்டிருந்தது.

விஜயின் தலைக்கு மேலே "புலியே" என்றொரு சொல் பெரிதாக அச்சிடப்பட்டிருந்தது. அதற்கு கீழே இலங்கைத் தமிழர்கள் முகாம் நண்பர்கள் என்று போடப்படிருந்தது. நந்திதா இன்னும் நான்கு நாட்கள் தங்கி நிற்ககூடிய வாய்ப்பை கோசலாவின் திருமணம் வழங்கியது. கோசலா முகாமிலேயே பிறந்து வளர்ந்த நந்திதாவின் கல்லூரித்தோழி. முகாம் துயரங்களை நந்திதா அறிந்துகொண்டதே கோசலாவின் மூலம்தான். நாளை மறுதினம் கோசலாவுக்குத் திருமணம்.

சிகரெட் பத்தி முடிச்சு அடிக்கட்டையை காலால் மண்ணில் புதைத்தபடி கேட்டார் திருவளர் ஞானசம்பந்தன்

ஓசோ பற்றி என்ன நினைக்கிறியள்?

நல்ல சாமியார் என்று கேள்விப்பட்டிருக்கிறேன்.

கொடுப்புக்குள் சிரித்தார்.

ஏதோ சொல்லத்தோன்றியது. பிறகு தொண்டைக்குள் எச்சிலாய் விழுங்கிவிட்டாள். திருவளர் ஞானசம்பந்தன் ஓயாமல் படிப்பவர் என்றும் நந்திதாவுக்கு தெரியும். அவள் பார்த்துக்கொண்டேயிருந்தாள். குழாயடியில் மோதல் சத்தம் பீறிட்டது.

நாட்டுக்காய் கவுரமாய் இரத்தத்தைக் கொடுத்து சண்டை செய்த எங்கட சனங்களை தண்ணீருக்காய்

வெறும் கேவலமாய் சண்டை செய்ய பழக்கிட்டுது இந்த அகதி முகாம் வாழ்க்கை.

வருத்தப்பட்டு அருவருப்பாய் இதைச் சொன்னார். நந்திதாவை துயரத்தின் கதவுகள் அடித்துச் சாத்தி தாழ்ப்பாளிட்டது. மிஞ்சியிருக்கும் மூச்சு காற்றிலும் விரட்டியபடியிருந்து அவர் சொன்ன வாக்கியம். கடலளவு கண்ணீர்த் திரையை விசுக்கென உதறியதைப்போலவிருந்தது.

அந்த முகாமில் முந்நூறுக்கும் மேற்பட்ட குடும்பங்கள் இருக்கின்றன. சீர்குலைந்த வாழ்வின் எரிச்சல் எல்லோரிடமும் இருந்தது. நந்திதாவிற்கு ஆசுவாசத்தைத் தரும்படியாய் குழந்தைகள் மட்டும் சிரித்தார்கள். பெரும்பாலானவர்களுக்கு தவிர்க்கவியலாத கலவரமான முகங்கள். ஒவ்வொருவரின் கண்களிலும் வடுவின் மூர்க்கம் கனதியாய் நிறைந்திருந்தது. அலையேறிப் படகுகளில் வந்த தம்மில் அவலமேறிவிட்டதென ஒட்டி உலர்ந்த முகத்தோடு ஒருவர் கடந்து சென்றார். நந்திதா இயல்பைத்தொலைத்து நீண்ட நேரம் ஆகியிருந்தது.

சிகரெட் ஒன்றைப் பற்ற வைத்தபடியே திருவளர் ஞானசம்பந்தன் பிள்ளை களைத்துப் போனீர். துயரத்திற்கு காட்சிகள் வேறுவேறானவை. தடக்குப்பட்டு குப்புறக் கிணற்றில் விழும் குழந்தையின் துயருக்கும் கோபுரத்தில் நின்று குதித்துச் சாகுமொருவனின் துயருக்கும் தன்மை வேறு. நாம் எல்லோரும் தடக்குப்பட்டு குப்புறக் கிணற்றில் விழுந்த குழந்தைகள். ஷெல்லடிக்குள்ளால தப்பி வந்திட்டம் என்று தனுஸ்கோடியில கரைஏறும்போது நினைச்சிட்டம். அது பிழை. சன்னங்களுக்கும் சாவுக்கும் பயந்து சொந்த நாட்டில இருந்து இஞ்ச வந்தால் உயிரைத் தவிர எல்லாம் பறிபோயிட்டுது. மனிதனுக்கு உயிர் பிடித்தமானது, மாண்பு முக்கியமானது.

நந்திதா குறுக்கிடவில்லை. திருவாளர் ஞானசம்பந்தன் கதையை நிறுத்தினார். கோசலாவின் திருமணத்திற்காக வீடு அலங்காரமாய் ஒளிர்ந்தது. சொந்தக்கார்கள் வந்துகொண்டேயிருந்தார்கள். பண்ணிசைக்கும் மொழியைப்போல கோசலாவுக்குள் கலியாணச் சந்தோசம். வீட்டின் வாசலில் மனிதர்கள் காலடி வைத்துக்கொண்டேயிருந்தார்கள். சொந்தக்காரர்கள் வேறு முகாம்களில் இருந்தெல்லாம் வந்தபடியே இருந்தார்கள். வாழ்வில் திடுமெனத் தோன்றும் மேன்மையான வெளிச்சமாய் முகாமிற்குள் அந்த வீடிருந்தது. மாலை நேரத் தேநீர் எல்லோருக்கும் பரிமாறப்பட்டுக்கொண்டிருந்தது. திருவளர் ஞானசம்பந்தன் தேநீர் குடிப்பதில்லை என்று முதலில் மறுத்தார். தேநீரைக்கொண்டு வந்த சிறுவன் வேண்டாமா என்று முடிவாகக் கேட்டான்.

டேய் தாடா தா... நான் சும்மா சொன்னேன் என்று சிரித்தார்.

நந்திதா அவரை எண்ணிச் சிரித்தாள். அவளுக்குத்தான் இந்த மக்களிடமிருந்து வித்தியாசப்படுவது கேவலமானதாக இருந்தது. ஒன்றும் கதைக்க முடியாமல் எல்லாவற்றையும் பார்த்துக்கொண்டிருந்தாள். மழைக்கு கூரையின் கீழே தஞ்சமடைந்த கோழிக்குஞ்சுகளுக்கு மேல் வீடே சரிந்து விழுந்ததைப்போலவே முகாம் மக்களின் கதி. திருவளர் ஞானசம்பந்தனின் மேலே அந்தி நிழல் மாய்ந்தது. அப்போது இருளத் தொடங்கி தோற்றங் காண்பித்தது. அவருக்கு பக்கமாய் நாயொன்று வந்து சுழன்றுகொண்டிருந்தது.

"நன்றி" இஞ்ச வாடா என்று கூப்பிட்டார்.

நாய் அவருக்கு முன்னே முன்னங்கால்களை மடித்து இருந்தது. அவர் அதன் தலையை ஒரு கையால் தடவியபடி தேநீரைக் குடித்து முடித்திருந்தார். என்னோட வீட்டுக்கு முன்னாலதான் பிறந்தது.

அகரமுதல்வன் ❖ 27

இந்த நாய்க்கு நன்றி என்று பெயர் வைக்கும்போது எல்லாரும் சிரிச்சவே. இப்ப எல்லாரும் அப்படித்தான் கூப்பிடினம். நாய் நன்றியுள்ளது நன்றியுள்ளது என்று மனிசன் சொல்லுகிறானே தவிர மனிசன் நாய்க்குகூட நன்றியோட இருந்ததில்லை. அந்தப் பாவத்தைப் போக்க இந்த நாயை நன்றி என்று கூப்பிடட்டும். எனக்குத் தெரிஞ்சு உலகத்தில இதுக்கு மட்டும்தான் இப்பிடியொரு பெயர் இருக்குமென சொல்லியபடி செம்மையாக சிரித்து கதிரையிலேயே நிமிர்ந்து இருந்தார் திருவளர் ஞானசம்பந்தன்.

நாட்டுக்கு போகவேண்டும் என்றெல்லாம் யோசினை வாறதில்லையா? நந்திதா கண்ணீர் ததும்பும் குரலில் கேட்டாள். வாழ்வைத் திகைக்கச் செய்யும் கேள்விகளில் இதுவுமொன்றாய் ஆகிவிட்டது. இழந்து பிரிந்த பிற்பாடு சேரும் எண்ணமே மிஞ்சும். கடினத்தன்மை ஒட்டியிருக்கும் காத்திருப்பு அது.

நாட்டுக்கு வரத்தான் வேண்டும். அலைக்கழிக்கும் ஊதியத்துடன் நீண்டகாலம் உயிர் தங்காது. எங்கட பிரச்சனைக்கு ஒரு தீர்வு கிட்டிவிட்டால் முதல் ஆளாகவே நான்தான் நாட்டுக்கு வெளிக்கிடுவேன். ஆனால் பிரச்சனை எங்கட சனங்களின் முகத்தில் இன்னும் மோதிக்கொண்டேயிருக்கிறது. முகாம் சனங்களை இஞ்ச இருந்து அனுப்புவதற்கு நிறையைப் பேர் முயற்சிக்கினம். அது இன்னொரு படுகொலையின் தொடக்கம். நாடு சரியாகிவிட்டது அங்கு போய் இருக்கலாமென முகாமுக்குள் பிரச்சாரமே நடக்குது. நாம் சாவதற்கு மட்டுமல்ல வாழ்வதற்கும் அதிஷ்டமில்லா தவர்களாய் இருக்கிறோம். நாடு சரியானால் கனடாவிலும் லண்டனிலும் பிரான்சிலும் இருக்கிற எங்கட சனங்களையும் வரச் சொல்லி கூப்பிட வேண்டியது தானே. முகாம் சனம் என்றால் ஒரு இளக்காரம். இஞ்ச இருக்கிறவனிட்ட காசில்லையே தவிர அறிவிருக்கு. நாட்டுக்கு வரத்தான் வேண்டும் பிள்ளை. எங்கட

சுதந்திரம்போலவே நாட்டுக்கு வரவேண்டும் என்பதும் எங்கட வேட்கையாய் இருக்கு. படகில வரும்போது நான் நினைச்சனான் திரும்பி வருகிறபோது நாடு எங்களிட்ட இருக்குமென்று. ஆனால் எல்லாம் கலைந்து தலைகீழாகிவிட்டது. இனி தப்பி வருவதற்கு கடல்கூட எங்களிடம் இல்லாமல் போய்ட்டுது. எங்கட இனத்தோட படகும் நம்பிக்கையாய், மர்மமாய் மூழ்கிப்போய் விட்டது.

திருவளர் ஞானசம்பந்தன் உடைந்து சிதறியதைப்போல அழுதார். இருட்டுச் சூழ்ந்தே விட்டது. கண்ணீரை ஞாபகம் வைத்திருக்கவேண்டிய அதிகாரம் நாடற்றவர்களுக்குண்டு. கண்ணீரைச் சிந்திய அவரின் கண்கள் அகல விரிந்து விறைத்திருந்தது. திடீரெனக் காற்று சுழன்றடித்து புழுதியாய் இரைந்தது. காலச்சூழல் கருதி வலியெழுப்புவதாய் இயற்கையும் தென்பட்டது. துன்புறுத்துவதின் தடயங்களின்றி வதைக்கப்படுகிற மனிதர்களாய் நாம் தானே இருக்கிறோம் என்று கண்ணீரைத் துடைத்துச் சொன்னார் திருவளர் ஞானசம்பந்தன்.

துயரத்தால் தொடர்ந்து துரத்தப்படும் ஒரு கனவை சுமக்கும் மனிதர்களிடம்கொண்டாட்டங்கள் நிறைந்து கிடந்தது. கோசலாவின் திருமணத்திற்காக அவள் வீட்டிற்கு வந்திருக்கின்ற எல்லோரும் புதிய ஆடைகளைப் போன்று தோற்றமளிக்கும் பழைய ஆடைகளை அணிந்திருந்தார்கள். நிச்சயமாக வலிவற்றிய ஒற்றைக் கண்ணைக்கூட நந்திதா சந்திக்கவில்லை. பலரின் கண்களில் பறிகொடுக்கப்பட்ட வாழ்வின் வாய்க்குள் அரிசி சொரிந்துகொண்டேயிருந்தது.

கெடுதலற்ற புன்னகையோடு கதிரையிலிருந்து எழுந்தார். காலடியில் கிடந்த நன்றி எழுந்து அவருக்குப் பின்னால் நடந்தது. திருவளர்

அகரமுதல்வன் ❖ 29

ஞானசம்பந்தன் நின்று நன்றிக்கு பின்னே நடந்து போகிறார். நன்றியின் வால் பூக்கிளையாய் ஆடிக்கொண்டது. அதுவொரு அற்புதமான காட்சி. அற்புதமான இரவு. ஏறத்தாழ நிலமின்றி அலையும் இரண்டு நன்றிகளும் மகிழ்வாக நடந்த பொழுதது. நந்திதா அழத் தொடங்கினாள். பள்ளத்தில் நிற்கும் குதிரைகள் கால்களை ஊன்றி மேலே வருவதைப்போல மனக்கஷ்டப்பட்டாள். அந்த இரவு அவளோடு நினைவில் ஒட்டியது. திருகிச் சுருண்டும் வராத நித்திரை ஒரு ஜந்துவைப்போல எங்கையோ ஒளிந்துவிட்டது. வீட்டில் எல்லா மின்குமிழ்களும் அணைக்கப்பட்டது. நிரலாகப் படுத்திருந்தவர்களைக் கடந்து கடந்து கதவைச்சாத்தி விட்டு வரும் கோசலாவின் அப்பா கதைக்காமல் எல்லோரையும் நித்திரை கொள்ளும்படி சொன்னார்.

சொட்டுச்சொட்டாக இரத்தம் காய்ந்து சிதைக்கும் அபாயங்கள் நிரம்பிவழியும் வெளியொன்றில் அகதி வாழ்வு. நந்திதா கண்களை மூடினாள். ஏறத்தாழ இன்றைக்கு நித்திரையில்லை என மனம் முடிவு செய்தது. கடந்துவிட்ட நேரத்தை அவள் தனது கைபேசியில் பார்த்தாள். மூன்று மணித்தியாலங்கள் கடந்திருந்தது. பலமாகக் கத்துகிற ஒரு பயங்கரத்தின் சத்தம் நந்திதாவின் காதை உடைத்துக்கொண்டு கேட்டது. எனக்கு அடுத்ததாக படுத்திருந்த நந்திதாதவை கண்களைத் திறந்து பார்த்தேன். அழுதுகொண்டிருந்தாள்.

என்னடி அழுகிறாய்? என்ன நடந்தது?

எதுவும் பேசவில்லை. அவமானம் பேசாது என்று சொல்வதைப்போல இருந்தாள். சொற்களற்ற கண்ணீருக்கு சவக்குழித்துயரம். உனக்குத் தெரியுமா?

ஓம் என்றேன்.

ஆனால் நீ ஏன் இப்போது அழுகிறாய் நந்திதா?

ஜீவிதா நாம் தமிழ் மொழி பேசக்கூடிய அகதி இனமா?

இல்லை நந்திதா. நாம் தமிழ் மொழி பேசுவதால் அகதி இனம்.

காயங்களில் மூளும் தீயாய் நந்திதாவின் கண்ணீரின் பாதாளத்தில் அறுந்தது தொப்புள்கொடி.

திருவளர் ஞானசம்பந்தன் காலையில் வந்த பொழுது இப்படிச் சொன்னார்.

நாம் அவமானப்படுத்தப்படுகிறோம் என்று நீங்கள் கவலை கொள்ளவேண்டாம். அதுபோல நாம் வாழுகிறோம் என்றும் எண்ணவேண்டாம். இரத்தக்கறை படிந்த ஒரு காகிதத்தின் மீது சின்னப்பிள்ளை கீறிய கோடாகிட்டுது முகாம் சனங்களிண்ட வாழ்க்கை. மேலும் அதுவொரு மோசமான துயரம். அல்லது பழக்கப்பட்டுப் போன நரகம். அவ்வளவுதான் தங்கச்சி.

புகை பூந்ததுபோல நந்திதாவின் கண்கள் சிவந்து கலங்கின.

சர்வ வியாபகம்

நந்திதன் ஒரு புலானாய்வுத் துறை போராளி. சில ஆண்டுகளுக்கு முன்னர் எனக்கு அவன் பழக்கமாகியிருந்தான். அவனோடு நெருங்கிப் பழகுவது சாத்தியமாகிய காலத்தில்கூட அவன் அதிகமாகக் கதைத்தது கிடையாது. அவனுடைய முகபாவம் நிறைய வார்த்தைகளை மேற்கோள் காட்டிவிடும் அளவுக்கு படிந்திருந்தது. நிரந்தரமாக கூட்டத்தின் மத்தியில் அலைந்து திரிந்தாலும் ஒளிந்துவாழும் ஒருவனாய்த்தானிருப்பது பற்றி அபாயகரத்தின் அற்புத அழகை உறைநிலையில் இருந்தபடிக்கு எனக்கு சொன்னான். அன்றைக்குக் காலையில்தான்சுட்டுக்கொன்ற இரண்டு இராணுவப் புலானாய்வாளர்கள் தமிழ்ப் பெடியள் மீது நிகழ்த்திய கொடூரங்களைச் சொல்லிக் கவலையுற்றான்.

அதீத சக்திகொண்ட இரண்டு கைகளையும் இரண்டு கால்களையும்கொண்டிருக்கும் உலகத்தின் ஒருவனைப்போல நந்திதன் இருந்தான். தனது கைத்துப்பாக்கியைத் தலையணையின் இடது பக்கத்தில் வைத்துவிட்டு சரிந்துபடுத்துக்கொண்டே கதைத்தான். அறையின் கணகணப்பில் நியாயமான தீவிரம் நிரம்பியிருந்தது.

எங்களுக்கு விடுதலை கிடைக்க எவ்வளவு கஷ்டப்படவேண்டியிருக்கிறது, உங்களைப்போலான போராளிகளைப் பார்க்கிற போதெல்லாம்... என்று சொல்லிமுடிக்க முன்.

புகழப் போகிறீர், நிப்பாட்டும், போராட்டம் விடுதலையின் ஏக்கநோய். நோயை எதிர்கொள்ளல் ஆரோக்கியம்தான். கஷ்டப்படுவம் வெல்லுவம். நந்திதன் ரகசியத்தொனியில் இப்படிச் சொன்னார்.

அவனது சிந்தனைகள் இராணுவத்தன்மை கொண்டது. குரூரமான கனவில் தனது தாயைத்தேடும் குழந்தையின் கைகளைப்போல அடிக்கடி தனது கைத்துப்பாக்கியை தொட்டபடியிருந்தான்.

நீங்கள் எந்த இடம்?

மீசாலை

எங்களுக்கு அங்க சொந்தக்காரர் இருக்கினம் அண்ணை. ஆனால் சரியாய் சொல்லத் தெரியாது. நான் அளவெட்டி. அம்மாவும் தம்பியும் அக்காவும் வன்னியில இருக்கினம். அப்பாவை ஆர்மி சுட்டது என்று நான் கண்ணீரை இழக்கவில்லை. கண்ணீர் வலியை இழிவுபடுத்திவிடும் என்றொரு கடவுள் நம்பிக்கை எனக்குண்டு. நான் அமைதியாக இருந்தேன். இதன்பின்னர் நந்திதன் எனது கைகளை இறுகப்பற்றுவார் என நான் நம்பியது கிடையாது. அவர் கேட்டார்.

சாப்பிடுவமா?

ரொட்டி சுட்டனான். ஆனால் சம்பல்

இனி இடிக்கமுடியாது, இருப்பதைச் சாப்பிடுவம்.

ஏப்ரல் மாத இரவில் பார்வையைச் செலுத்தியபடி ரொட்டியைச் சாப்பிட்டோம். விதிகளுக்கு இசைந்தவாழ்வு ரசிப்பதற்கு பிரபஞ்சத்தின் அழகுபோதாது. புண்படுத்தப்பட்ட மாண்பைப்போல இருட்டியிருந்த பூமியை ஜன்னல் கண்ணாடிகளால் பார்த்தபடியிருந்தோம். ஒரு வாகனம் வெளிச்சத்தோடு சீறி மறைந்தது. அது இராணுவத்தின் வாகனம். நாங்களிருக்கும் வீட்டிலிருந்து ஐந்து வீடுகள் தள்ளித்தான்

இராணுவத்தின் சிறுமுகாம் ஒன்றிருந்தது. நான் இரவு ஒன்பதுமணிக்கு வீட்டின் மின்விளக்குகளை நூத்துவிடுவேன். நந்திதன் எப்போதும் முகப்பால் வருவது கிடையாது. வீட்டிற்கு பின்னால் உள்ள பற்றைகளுக்குள்ளால் வந்து ஒரு தென்னங்காணியைத் தாண்டி வீட்டிலுள்ள கழிவறைக் கதைவைத் திறந்து உள்ளே வந்துவிடுவார்.

ரொட்டிக்கு உப்புக் கொஞ்சம் கூடிப்போச்சுத் தம்பியா என்றார்.

அண்ணை ஆனையிறவு எங்களிட்டத் தானே இருக்கு. உப்பை எவ்வளவு வேணுமெண்டாலும் பாவிக்கலாம் என்றேன்.

மிகமெதுவாக நடக்கும் கன்றுக்குட்டியின் மூச்சைப்போல சிரிச்சார். அடை அடையாக முகத்தில் தாய்மை. விந்தையான அன்பும் நேசமும் நந்திதனின் அந்தச் சிரிப்பில் நிறைந்தது.

நீர் சொல்லுறது சரிதான். ஆனையிறவை மீட்டிட்டம். ஆனால் மொத்தத்தையும் மீட்கவேணும். மொத்தத்தை மீட்கிற வரைக்கும் எங்களுக்கு அங்க இருந்துதான் உப்பு வேணும்.

அது சரி.

ஆக நாங்கள் இருவரும் ரொட்டியைச் சாப்பிட்டு கதைத்துமுடித்து நித்திரைக்குப் போகையில் மணி அதிகாலை நான்காகி விட்டது. அநேகமாக நானும் அவரும் இப்படியாக ஏழு மாதங்களைக் கழித்தோம். எல்லா இரவுகளும் அவர் வீடு திரும்பியதாக கிடையாது. அவர் வீடு திரும்பவேண்டும் என்று கட்டாயமும் கிடையாது. தன்னிடம் ஒரு கைத்துவக்கும் ஒரு இலட்சியமும் இருப்பதைப்போல தன்னை நோக்கி இராணுவத்தினரது ஆயிரம் துவக்குகளும் தன்னைக் கொல்வதே இலட்சியமென ஒட்டுகுழுக்களின் ஆயிரமவரும் யாழ்ப்பாணத்தில் உலவுவதாக அடிக்கடி சொல்லுவார்.

இரவு வீட்டிற்கு வரமுடியாவிட்டால் எனது கைபேசிக்கு அழைத்து "இன்று போய் நாளை வா" என்று வேகமாய்ச் சொல்லி முடித்துவிடுவார். வரப்பிந்துமென்றால் அழைத்து "கனவே கலையாதே" என்பர். இந்த மாதிரியான உரையாடல்கள் கலவரத் தன்மையின் பிரமாண்டங்களைக்கொண்டிருக்கும்.

எனது நண்பர்களுக்கு நந்திதனை அறிமுகப்படுத்த வேண்டிய ஒரு இக்கட்டான சூழலில் தனது பெயரை மாற்றிச் சொல்லச் சொன்னார். என்னால் இயன்ற வகையில் அவருக்கு ஒரு பெயரைக் கண்டுபிடித்தேன்.

இவர் என்ர பெரியம்மாவோட மகன். வன்னியில இருக்கிறார். தயா அண்ணா இவையள் என்ர நண்பர்கள்.

ஓம் வாறன்.

உள்ளேயிருந்து பதில் சொன்னார் நந்திதன். வெறும் சகஜமாய் குளித்துவிட்டு வருகிறேன் என்று சொல்லி விட்டு கடந்து சென்று விட்டார். வீட்டிற்கு நண்பர்கள் வந்துவிட்டார்கள் என்பதை நந்திதன் அண்ணாவுக்கு அறிவிக்காதது குறித்து நான் கவலைகொண்டிருந்தேன். இப்படியான செயல்கள் விளைவுகள் நிரம்பியவை என்று நான் உணர்ந்துவிட்டேன். எதேச்சையான சந்திப்புக்கள் நந்திதன் அண்ணாவின் வாழ்விலிருந்து நீக்கப்பட்டுவிட்ட ஒரு களை. வேதனையளித்தது. அவர் என்னை பிழையாக எண்ணிவிடக் கூடுமென நினைத்தேன். அவர் குளித்து விட்டுவருகிறபோது நண்பர்கள் போயிருந்தார்கள்.

அண்ணை மன்னிச்சுக்கொள்ளுங்கோ. நான் பெடியள் வந்ததை உங்களுக்குச் சொல்லியிருக்க வேணும்.

அது பிரச்சனை கிடையாது. ஆரும் நீங்கள் சொன்னதுக்கு பிறகு என்னைப் பற்றி துருவிக் கேட்டவையளோ.

இல்லை அண்ணை, இவங்கள் நல்ல பெடியள்.

சிரிச்சார். அந்தச் சிரிப்பில் அவரின் இயல்பு இல்லை. யாரும் யாரையும் புரிந்து கொள்ளமுடியாது சின்னவா. நம்பிக்கை என்பதும் யதார்த்தம் என்பதும் வேறுவேறானவை. உமது தராசில் அவர்கள் நல்ல பெடியள். எனது தராசு உமது நிறுவலை ஏற்றுக்கொள்ளாது தானேஎன்றார்.

ஆச்சரியமில்லை, நந்திதன் அண்ணா இப்படிக் கதைப்பதில். அந்தக் கச்சிதமான வசனங்கள் இராணுவ உடை அணிந்திருந்தது. அறையின் மின்விளக்கு வெளிச்சம் என் மீது பரந்தது. மன்னிச்சுக்கொள்ளுங்கோ என்றேன்.

சரி அதை விடும். நான் இன்னும் ஐந்தாறு நாட்களில் கிளிநொச்சிக்கு போய்விடுவேன். என்னை வரச்சொல்லிவிட்டார்கள். நீர் வன்னிக்கு வந்தால் என்னைச் சந்தியும். பிணைப்பை வார்த்தைகளில் தருவது சிரமம் தம்பியா. பழகிப் பிரிவதிலும்கூட எங்களிடம் வேதனைகள் முடமாகிவிட்டது. நாம் விடுதலை எனும் பரவசத்திற்கு மட்டுமே கனன்றெரியும் மனங்களைக்கொண்டிருக்கிறோம். நீர் நினைத்துப்பாரும், இந்த ஐந்தாறு நாட்களில் நான் ஏதோவொரு வீதியில் சுட்டுக்கொல்லப்படலாம்.

ஓம் தானே? ஆனால் நான் நம்புகிறேன். கிளிநொச்சிக்கு போய்விடுவேன் என்று. விடுதலைக்கான நிச்சயமின்மைகளில் எமது உயிர்இழத்தல் நிரந்தரம்தான் என்றாலும் உயிரை எப்படியேனும் பாதுகாத்துக்கொண்டே இருக்க வேண்டும். அதில்தான் ஒரு பரவசம் நிலைத்திருக்கிறது. போராளிகள் உயிரைக் கைவிடும்போது இலட்சியம் பரவசமாகி உயிர்க்கிறது. விடுதலையைச் சுற்றி வாழ்விலும் மரணத்திலும் ஒரு தேன்கூட்டைப்போல நம் பரவசம்தொங்கி நிற்கிறது.

அண்ணை வன்னியில சந்திப்பம். நான் அங்க வந்தால் நீங்கள் சொன்ன இடத்துக்கு வந்து சந்திப்பேன். அவரின் தோள்களைப் பற்றி அருகில் உட்கார்ந்து பெருந்துயர் கிளம்பிக் கிடந்த அறையைக் குண்டு வைத்து தகர்க்க முடியுமா என்று எண்ணினேன். துயரத்தை தகர்க்க நான் தாங்கவொணா பாரத்தைச் சுமப்பேன்.

நந்திதன் அண்ணா எனது வீட்டை விட்டு கிளிநொச்சிக்கு கிளம்பிய அன்றைக்கு நாச்சிமார்கோயிலடியில் இரண்டு இராணுவத்தைச் சுட்டுக்கொன்றதை என்னிடம் சொன்னார். அவர் என்னோடுபகிர்ந்துகொண்ட ஒரேயொரு இராணுவ நடவடிக்கை இதுவாகத்தானிருந்தது. பின் வாசல் வழியாக அவர் சென்ற பொழுது தனது கையில் கிடந்த மணிக்கூட்டை கழற்றி எனக்குத் தந்தார். நான் விரும்பிப் பெற்றுக்கொண்டேன். அப்புறப்படுத்தமுடியாத அன்பு நேரமுள்ளில் சுழன்றுகொண்டிருந்தது.

போய்ட்டு வாறன் தம்பியா

ஓம் அண்ணை.

கவனமாய் இருக்கவேணும் என்று அன்பாகச் சொல்லிப்பிரிந்தார்.

நந்திதன் அண்ணை வெளிக்கிட்டு ஒருகிழமையிருக்கும் ஒரு அலுவலாய் பருத்தித்துறைக்கு பேருந்தில் போய்க்கொண்டிருந்த பொழுது அவரைக் கண்டேன். அவர் ஒரு சின்னக்கடைக்குள் இருந்து வியாபரம் செய்துகொண்டிருந்தார்.என்னால் நம்பமுடியவில்லை, நந்திதனா அது என்றுகூட மீண்டும் மீண்டும் பார்த்தேன். அது நந்திதன் அண்ணாதான். அவர் ஒரு பெரிய சேர்ட்டும் சாறமும் கட்டி வேறொருவராய் அங்கிருந்தார். சுழலில் விழுந்து எழத்துடிக்கும் நீர்த்துளியைப்போலவிருந்தேன். அவர்

என்னிடம் பொய் சொல்லுவாரா? சொல்லுவார். அதற்கு பெயர் பொய்யல்ல. அபாயத்தின் ஊழியத்தில்தான் கடக்கும் மனிதர்களை பாதுகாத்து விலகும் ஒப்பற்றபண்பு. நான் அமைதியடைந்தேன். ஒலியற்ற குண்டுகள் எனக்குள் வெடிப்பது நின்றிருந்தது. நந்திதன் அண்ணா என்னைக் கண்டுவிடக்கூடாது. என்னைப்பார்த்தால் நான் அவரைப்பார்த்திருப்பேன் என்று எண்ணுவார். பேருந்து கடந்துசென்றது. புலானாய்வுப் போராளிகளின் வாழ்வில் அந்தத் தருணத்தில் மட்டும் பெயர்களும் வேலைகளும் ஏன் பேசும் விதங்களுமே மாறுபடும். நாளை நந்திதன் மீண்டும் எனது வீட்டுக்குவந்து இயக்கம் யாழ்ப்பாணத்திலேயே நிண்டு வேலைசெய்யச் சொல்லிட்டு என்றுகூட சொல்லுவார். இன்றைக்கு வீடா விற்றுக்கொண்டு யாழ்பாணத்தில் பார்த்தவர்களை அடுத்த நாள் நானே வன்னியில் பார்த்திருக்கிறேன். அது அவர்களின் த்ரில்.

பலமாதங்கள் கழித்து ஒருநாள் மதியம் வேறொரு எண்ணிலிருந்து என்னை அழைத்த நந்திதன் அண்ணா.தான் திருகோணமலையில் இருப்பதாகச் சொன்னார். என்னைச் சுகநலம் விசாரித்ததோடு வைக்கிறேன் என்று சொல்லி வைத்துவிட்டார். அவர் உண்மையாகவே அங்கு நிற்கலாம்,அல்லது எனக்கு அதனைச் சொல்லவேண்டும் என்று தோன்றியிருக்கலாம். நான் சிரித்துக்கொண்டே அவரின் அன்பான முகத்தைநினைத்தேன். இடையில் நான் இரண்டு தடவைகள் வன்னிக்குப்போயிருந்தேன். அவர் சொன்ன இடத்திற்கு போய்பார்த்தபோது அங்கில்லை என பதில்சொல்லப்பட்டது. பதிலுக்கு எங்கென்று கேட்கமுடியாது என்பதைபோல கேட்ககூடாதென்பது பகுத்தறிவு. நான் வந்துவிட்டேன்.

அன்றிலிருந்து மூன்று மாதங்கள் கழித்து இன்று நந்திதனின் சடலத்தை பத்திரிக்கையில் புகைப்படமாக பார்த்தேன்.

நந்திதனை இப்படி வெட்டிக்கொல்வார்கள் என்று நான் எதிர்பார்க்கவில்லை. அவர் துவக்கிலிருந்து தன்சாவை விரும்பினார். வவுனியாவின் அடர்ந்த காட்டுப் பகுதிகொண்ட வீதியில் வாளால் வெட்டிக் கொல்லப்பட்ட அவரின் மரண விசாரணையை வவுனியா மாவட்ட நீதவான் மேற்கொண்டார். அதன் பிறகு யாழ்ப்பாணத்தில் அவரின் குடும்பத்தாரிடம் நந்திதனின் உடல் கையளிக்கப்பட்டது.

இறந்து போயிருந்த நந்திதனின் உடல் வாங்கில் வைக்கப்பட்டிருந்தது. இறந்தவன் மீது படவேமாட்டேன் என்றபடிக்கு தலைமாட்டில் எரியும் ஊதுபத்தியின் புகை காற்றில் நெளிந்து கரைய, பக்குவமடையாத குயிலொன்று வீட்டின் மரத்திலிருந்து கூவிக்கொண்டிருந்தது. நந்திதனின் அம்மா தன்னிடமிருந்து மகனைத் தூக்கிச் சென்று விடுவார்கள் எனப் பயந்து பிரேத பெட்டிக்குள் கிடந்த பிள்ளையை இறுக்கிக் கட்டியணைத்தபடியே அழுதாள்.

அவள் அழுகையின் பொறியில் பிரபஞ்சத்தில் நெருப்பு மூண்டதைப்போல பக்குவமற்ற குயில் கூவலை நிறுத்திப் பறந்தது. இழந்ததைக் கூவி அழைக்கும் வாழ்வு குயிலுக்கானதே. நந்திதனின் கண்கள் இருட்டிக் கறுத்திருந்தது. ஆறுதலுக்கு யாருமற்ற மாந்தர்களாக சாவின் கனதி அழுத்துகிற நெஞ்சடைக்கும் உணர்வு எனக்கு. நந்திதன் வெட்டிக்கொல்லப்பட்டு வீதியின் மருங்கில் உள்ள பற்றையில் வீசியெறியப்பட்ட புகைப்படம் உதயன் நாளிதழில் வெளிவந்தது. மரணங்களை நம்பமுடியாமல் அதிர்ச்சியாகும் இயலாமையின் எதிர்வினை காலாவதியாகி மரணங்களை கண் கொடுத்து பார்க்க இயலாமல் போய்விட்டது. குளிரில் நடுங்கும் பூனைக் குட்டியைப்போலத்தான் நடுங்கினேன்.

அகரமுதல்வன் ❖ 39

அவருக்கு பணிக்கப்பட்டது யாழ்ப்பாணத்தில் எனது வீட்டில் தங்கியிருப்பது மட்டும்தான். அவர் அதனைக் கடந்து எதையும் என்னிடம் கேட்டுக்கொண்டது கிடையாது. அவரால் என்னைக் கண்டுணர்ந்துகொள்ள முடியாததாய் இருந்திருக்கும். அல்லது இன்னுமும் சரியாகச் சொல்லவேண்டுமென்றால் நான் அவருக்கு தூரமயிருந்தேன். உனது பெயர் என்ன என்றுகூட என்னிடம் கேட்கவில்லை. நான் கேட்டிருந்தால் என்ன பெயரைச் சொல்லியிருப்பேன். அவருக்கு சொல்லவேண்டும் என்று இயக்கம் எனக்குச் சொன்ன பெயர் நீலகண்டன். நான் அவரைக் கண்காணிக்கப் பணிக்கப்பட்ட ஒரு சக போராளி என்பதை அவர் தெரிந்திருக்கவில்லை.

அவர் எனக்குப் பரிசளித்த அந்த மணிக்கூட்டில் அசைந்துகொண்டிருக்கும் நேர முள் மரணத்தைக் கடக்கிறது. நந்திதனின் முகம் இரைந்துகொண்டு மோதிய சிவந்த ஊழியைப்போல என் இதயத்திலிருந்து கண்களுக்குள் அலைந்தது. இனியொன்றுமில்லையெனும் உணர்வு முகாரியைப்போல இசைக்கத் தொடங்கியது. யாரும் சந்தேகம் கொள்ளக்கூட வாய்ப்பளிக்காத அவனின் புன்னகையும் வெறுங்கையோடு உலவுகிற மன்னனைப்போலான நடையும் அவனை நிறையத் தடவைகள் காப்பாற்றி இருக்கிறது.

பூமியின் எந்த எல்லையையும் கால்களால் நடந்தே தொட்டு விடலாம் என்பதைப்போல நடப்பதில் அவனுக்கிருக்கும் சந்தோசம் குளிர் காற்றில் நீந்தும் பறவைக்கானது. ஆழ்ந்து கிடக்கும் குளத்தின் அடியாழத்தில் இருந்து மேலெழும்பும் சுழியைப்போல அவனின் சலனம் வட்டமிட்டுக்கொண்டிருந்தது. இந்த நிலத்தில் மட்டும்தான் மரணித்த உயிருக்கு நிவாரணமாய் பரவசம் திரும்புகிறது. விடுதலையின் பரவசமாய் நாம் அனைவரும் மரணிப்போம்.

நந்திதன் நீங்கள் மரணத்தைக் கடந்து விட்டீர்கள். காலம் விடுதலையை பரவசப்படுத்தி விட்டது. கைத்துவக்கை தொட்டபடியிருக்கும் உங்களைப்போலவே உங்கள் அம்மா உங்களைத் தொட்டபடியிருக்கிறாள். துயரத்தை பரவசம் மோப்பமிட்டு வேட்டையாடும் காட்சியை உங்களால் பார்க்கமுடியாது நந்திதன்.

கிழவி

குயிலினிக்கு இன்றைக்குத்தான் 24 வயது தொடங்கியிருக்கிறது. முள்ளிவாய்க்காலில் தாயும் தகப்பனும் ஒரே இடத்தில் குண்டு வீழ்ந்து செத்துப் போகும்போது எஞ்சிய கண்ணீரைப்போலவே குயிலினியும் அம்மம்மாக் கிழவியும் காயங்களற்று தப்பினார்கள். அந்த நாளும் அவளுக்கு பிறந்த நாளாகத்தான் இருந்தது. ஏப்ரல் மாதம் 27ம் திகதி பதுங்குகுழியில் தாயையும் தகப்பனையும் புதைக்கிற பொழுது பூமியின் மிக இளமையான துயரம் குயிலினியிடம் இருந்தது. தகப்பனின் சிதைந்து போன தலையை மண் போட்டு மூடிய குயிலினியின் கைகளுக்குள் இருந்து வீழ்ந்த மண் துகள்களில் துன்பத்தின் மலை எழுந்தது. இனிமேல் குண்டு வீழ்ந்தால் எம்மில் இருவரும் மிச்சமில்லாமல் இறந்து போகவேண்டுமென்று கிழவி அழுது சொன்ன வார்த்தைகள் போர்க்களத்தின் காற்றில் இழைந்தது. ஆனால் இருவரும் சாவிலிருந்து ஒதுக்கப்பட்டவர்களாய் எல்லாவற்றையும் கடக்க நேர்ந்தது. முள்ளிவாய்க்காலில் இராணுவம் மக்களை பேருந்துகளில் ஏற்றிய பொழுது கிழவி குயிலினியைப் பிடித்திருந்த பிடியின் இறுக்கம் இப்பொழுதும் அவளின் கைகளில் தெரியும். முகாம்களில் அடைக்கப்பட்டிருந்த காலங்களில் குயிலினிக்கு அம்மை போட்டிருந்தது. தரப்பால் கூடாரங்களின் வெக்கையில் அம்மைப் புண்கள் தசைகளை கழட்டிக்கொண்டேயிருந்தனர். முகாமில்

அம்மை நோய் வந்து நிறையைக் குழந்தைகள் இறந்துகொண்டேயிருந்தது கிழவிக்கு அச்சத்தைத் தந்தது. தரப்பால்கூடாரத்துக்குள் குயிலினியைப்போல குழந்தைகளும் பெண் பிள்ளைகளும் நோயாளிகளாக படுத்திருந்தார்கள். வெயில்கூடாரங்களின் மீது கொதித்துக்கொண்டேயிருந்தது. குயிலினியை ஆஸ்பத்திரிக்குகொண்டு செல்ல இராணுவம் அனுமதித்தது. அம்மையின் உக்கிரம் குயிலினியின் உடலை உதிர்த்தது. எல்லாத் தர்மங்களும் பொருளற்ற பூமியில் சூரியன் ஏன் இவ்வளவு தகிக்க வேண்டும். குயிலினி அழுதாள். அவளின் கண்களில் இருந்து நீண்ட தொலைவுக்கு அப்பால் கேட்கவேண்டிய அழுகையின் சத்தமிருந்தும் கண்ணீர் மட்டுமே ஓடிக்கொண்டிருந்தது.

அழாதே குயிலி, அம்மாளாச்சி ஏன் எங்களை இப்பிடி சோதிக்கிறா. எங்கட பிள்ளையள் என்ன குற்றம் செய்தவே. நீ அழாதே. நாம் அழுதும் இறக்கவேண்டியவர்களாய் இருக்கிறோம். மகளே நீ கண்ணீர் விடாதே. இப்படித்தான் நாம் வாழவேண்டும் என்றால், வெகு விரைவில் செத்துவிடுவோம் என்று குயிலினியின் தலைமாட்டில் இருந்தது கிழவி சொன்னாள்.

அவளை வவுனியா ஆஸ்பத்திரிக்குகொண்டு செல்லும் போதே அவள் இறந்துவிடுவாள் எனகூடாரங்களுக்குள் பொசுங்கிக்கொண்டிருந்த மக்கள் கதைத்துக்கொண்டார்கள். கண்ணீரை உதிர்த்தார்கள். காருண்யம் மீது நம்பிக்கையற்ற மக்கள் வெறித்த கண்களால் பார்த்துக்கொண்டிருந்தார்கள். கிழவி எல்லோரையும் ஒரு தடவை வாகனத்துக்குள் ஏறிய பின் பார்த்தாள்.

நீ கவலைப்படாதை. பேத்திக்கு ஒண்டுக்கும் நடக்காது என்று கிழவிக்கு ஒருவர் சொன்னார். கிழவி மிரண்டுபோயிருந்தாள். வாகனம் முகாமை

விட்டு வெளியேறும் வரை கிழவி எதுவும் கதைக்கவில்லை. குயிலினியைப்போல எத்தனையோ குழந்தைகள் இன்னும் முகாமுக்குள் அம்மை போட்டு இறந்துகொண்டேயிருந்தார்கள். ஆஸ்பத்திரிக்கு அனுமதி வழங்கப்பட்டதில் கிழவிக்கு ஆச்சரியமில்லை. குயிலினியின் அம்மாவோ அப்பாவோ இயக்கத்தில் இருந்திருந்தால் அனுமதி வழங்கப்பட்டிருக்காது. கிழவியும் குயிலினியும் ஆஸ்பத்திரியில்கொண்டு போய் இறக்கப்பட்டார்கள். ஆஸ்பத்திரி வளாகத்தில் ஒரு நிமிடம் நிற்பதற்குகூட இடமில்லாது மக்கள் நோயாளிகளாக்கப்பட்டிருந்தார்கள். குயிலினி ஆஸ்பத்திரியில் இருந்து சிகிச்சை பெறவேண்டும் என மருத்துவர்கள் சொன்னார்கள். கிழவி குயிலினியின் அருகில் படுத்திருந்தாள். ஆஸ்பத்திரியின் தாழ்ந்த கூரையின் விளிம்பில் நிலவின் ஒளிபட்டது. மருந்தின் நெடியில் பலர் ஓங்காளித்துச் சத்தி எடுத்தார்கள். ஆஸ்பத்திரியின் கழிவு வாய்க்காலுக்கு அருகிலேயே கந்தல் சீலையைப் போர்த்தபடி மக்கள் படுத்திருந்தார்கள். இரவு பிடிவாதமான பதற்றத்தோடு நீண்டது. இராணுவத்தின் சப்பாத்துக் கால்கள் படுத்திருந்தவர்களுக்கிடையில் நடந்து கொண்டிருந்தது. நோயாளிகளாய் கண்களை மூடிய சிலர் சடலங்களாய் அகற்றப்பட்டுக் கொண்டிருந்தார்கள். அழுகையும் கதறலும் மன்றாட்டங்களோடு குரலெடுத்தது. கிழவி எல்லாவற்றையும் பார்த்துக்கொண்டேயிருந்தாள். ஆஸ்பத்திரியில் ஒளிர்ந்த மின்குமிழ்களின் வெளிச்சத்தில் எல்லாக் காட்சிகளும் விசித்திரமாய் தெரிந்தது. எல்லோரும் மரணித்துக்கொண்டிருக்கும் நோயாளிகள் என முகங்களை மூடிக்கொண்டே மூச்சு விட்டார்கள். கிழவிக்கு மூத்திரம் வந்தும் எழும்பிச் செல்லவில்லை. அவளுக்கு குயிலினியை தனியே விட்டுச் செல்ல அவ்வளவு பயமாகவிருந்தது. எல்லோருக்குள்ளும் இருக்கும் மவுனம் எல்லோரையும் அச்சுறுத்தியது. கிழவி

மூத்திரத்தை அடக்கி வயிறு நோகத்தொடங்கியது. நேரம் நள்ளிரவு இரண்டிருந்திருக்கும் பக்கத்தில் நித்திரையில் இருந்து கண்விழித்த ஒரு பிள்ளையிடம் சொல்லிவிட்டுச் சென்றாள். கிழவி கழிவறைக்கு நடந்து போகும் போதே களைத்துப்போயிருந்தாள். நடந்து போகும் போதே முத்திரத்தை சட்டையோடு பெய்ததை அவளால் நம்பமுடியவில்லை. அவள் கழிவறைக்குள் அழுதாள். தேங்கி நின்ற அசுத்தமான கழிவறையில் கிழவி கண்ணீரை மட்டும் சேர்த்தாள். கழிவறையின் அடர்த்தியான துர்நாற்றத்தில் இருந்து மீண்ட கிழவி குயிலினியை நோக்கி நடந்தாள். குயிலினி கண் விழித்து தண்ணீர் கேட்டாள். கிழவி தனது நடுங்கும் கரங்களால் அவளின் வாய்க்குள் தண்ணீரை ஊற்றினாள். குயிலினியின் உடலில் அம்மை பெருகிக்கொண்டேயிருந்தது கிழவியை வருத்தியது.

காலையில் குயிலினி கண் விழித்துப் பார்க்கிற பொழுது கிழவி அருகில் இல்லை. குயிலினி சுற்றுமுற்றும் காயங்களோடு உதிரும் தனது உடலைத் திருப்பி பார்த்தாள். கிழவி கையில் இரண்டு வாழைப்பழங்களோடு நடந்து வருவதைப் பார்த்தாள். குயிலினியின் ஒரு கண்ணுக்கு மட்டுமே கிழவி நடந்து வருவதைப்போல இருந்தது. அவள் தனது கண்களை ஒரு முறை மூடி மீண்டும் நடந்து வரும் கிழவியைப் பார்த்தாள். ஒரு கண்ணில் மட்டுமே கிழவி நடந்து வருவது தெரிந்தது. அவள் மீண்டும் கண்களை மூடி தனக்கருகில் நிண்ட ஆர்மிக்காரனைப் பார்த்தாள். ஒரு கண்ணுக்கு மட்டுமே தெரிந்தான். தனக்கருகில் கிடந்த இன்னொரு பிள்ளையைப் பார்த்தாள். ஒரு கண்ணுக்கு மட்டுமே தெரிந்தாள். குயிலினி தனது ஒரு கண்ணின் பார்வை பறி போனதை கிழவியிடம் சொல்லவில்லை. இரண்டு நாட்கள் ஆகிவிட்டது. குயிலினியின் அம்மைக் காயங்கள் வெகுவாக காயத்தொடங்கியிருந்தது. கிழவி

இரவு நேரங்களில் அருகிலிருக்கும் பிள்ளையிடம் குயிலினியை பார்க்கச் சொல்லிவிட்டு எங்கோ எழும்பிப் போவதை இரண்டாவது நாளில் இருந்து செய்யத்தொடங்கினாள். குயிலினி தனது பார்வைபோன கண்ணை நினைத்து அழுவாள். நின்று நெடுநேரமான ஊளைச் சத்தம் அவளுக்கு கேட்டபடியே இருக்கும். தனது கண்ணுக்கு தெரியும் நட்சத்திரங்களை எண்ணிக்கொண்டிருக்கும் காவற்காரன்போல குயிலினி எண்ணத்தொடங்கினாள். கவனமற்று வீசிக்கொண்டிருக்கும் இரவுக் காற்றில் இனமறியாத துயரத்தை இழக்க முனைந்தாள். வானத்திலிருந்து குவியும் இருளிடம் எல்லாவற்றையும் எண்ணிப் பிரார்த்தித்தாள். அடுத்த நாள் புலர்ந்த பொழுதில் கிழவி இரண்டு வாழைப்பழங்களோடு நடந்து வருவதைக் கண்ட குயிலினிக்கு எந்த துயரிலும் பார்வை பறிபோனதைதான் சொல்லக்கூடாது என எண்ணினாள். அருகில் வந்த கிழவியின் கையில் ஒரு கைபேசி இருப்பதை குயிலினி தனது ஒற்றைக்கண்ணால் கண்டாள். கிழவி தனது தலைமாட்டில் கிடந்த பையுக்குள் அதனை வைத்தாள். கிழவியின் எண்ணங்கள் தொலைவில் குவிந்தன. குயிலினி எங்கால உங்களுக்கு போன் என்று கேட்டாள். கிழவி ஒரு கொலையை மறைக்கும் பாதகனைப்போல கண்களை ஆட்டி ஒன்றும் கேட்காதே என்று குயிலினிக்கு சைகை செய்தாள். புரியாதவை குறித்து அச்சங்கள் பிறக்கும். குயிலினியைக் கிழவி கழிவறைக்கு கூட்டிக்கொண்டு போகும் போதே இன்றைக்கு இரவு நாங்கள் தப்பி ஓடவேண்டும் குயிலி என்று யாருக்கும் சந்தேகம் வராதபடி அழுதுகொண்டே சொன்னாள்.

அதிசயம் நிகழ்வதைப்போலவிருந்தது. தப்பித்துவிடுதல் என்கிற உணர்ச்சியை குயிலினி முகத்தில் காட்டாமல்

எப்பிடி அம்மம்மா? இவ்வளவு ஆர்மிக்காரர்களைத் தாண்டி நாங்கள் ஆஸ்பத்திரியை விட்டு போக முடியுமா? அப்படி வெளியில் போயும் நாங்கள் எங்க போறது? வவுனியாவில எங்களுக்கு ஆர் இருக்கினம்.?

மகளே! நாம் தப்பித்துவிடவேண்டும் என்று இன்றைக்கு முயல்கிறோம். நாம் இன்னும் தப்பிக்கவில்லை. எத்தனை நாள்தான் இந்த வதைகளை எம்மால் பொறுக்க முடியும். இன்றிரவு நாம் கொடுமையில் இருந்து தப்பிக்க வேண்டும் தவறினால் கொல்லப்படவேண்டும். நாம் அழுந்திச் சாக என்ன பாவம் செய்தவர்கள். இந்த வாழ்க்கை அர்த்தமற்ற மூச்சுக்களால் நிரம்பியவை. குயிலி நாம் உடனேயே தப்பிக்கவேண்டும் அல்லது இறந்துவிடவேண்டும். சாவதற்கு கவலை கொள்ளாதே மகளே. நாம் தப்பிக்கவேண்டும்.

குயிலினியும் கிழவியும் கழிவறைக்குள் சென்று மீண்டும் படுக்கைக்குத் திரும்பினார்கள். எதுவும் சொல்லப்படாத கேட்கமுடியாத பகலாக இருவரும் அருகருகே முகங்களை பார்த்தபடிக்கு படுத்துக்கொண்டார்கள். குயிலினி தனது கண்ணால் கிழவியைப் பார்த்தாள். கிழவியின் முகத்தில் அச்சம் முரட்டுக் கரம்கொண்டு குத்தியபடியே இருந்தது. கிழவி குயிலினியைப் பார்த்துச் சிரித்தாள். அந்த அமைதியை எவராலும் குலைக்கமுடியவில்லை. நீளும் பகல் மீது கிழவிக்கு பயங்கர எரிச்சல் தொற்றிற்று. கிழவி எப்போதுமில்லாமல் தன்னை இறுக்கமான சுபாவக்காரியாக நினைத்துக்கொண்டாள்.

குயிலினி எழுந்தாள், நான் கொஞ்சம் நடந்து விட்டு வருகிறேன் என்றாள்.

இல்லை போகவேண்டாம் என்று மறுத்தாள் கிழவி. நீ நடந்து திரிவதற்கு இங்கு பாதைகள் எதுவுமில்லை. கிடந்து நித்திரை கொள் என்று கண்டித்தாள்.

இந்த நாளின் பகல் மீது குயிலினிக்கு கசப்பு எழுந்தது. கிழவி சொன்ன தப்பித்தல் எப்படி என்கிற பயம், அதனை நிகழ்த்தவேண்டிய பதற்றம் எல்லாம் இந்தப் பகலுக்குள் சுமையாகிக்கொண்டேயிருந்தது. தனது பார்வை பறி போனதை கிழவியிடம் சொல்லாத மனச்சோர்வும் குயிலினியின் மனத்தை வருத்தியது. கிழவி நித்திரையாகிக்கொண்டிருந்தாள். அவளின் கண்கள் ஆலமர நிழலைப்போல குளிர்ந்திருந்தது. நேரம் மெல்லக் கழிந்து சென்றது. பகலின் அதிவிநோதமான நீளம் குயிலினிக்கு கலக்கம் தந்தது. தனது பார்வை பறிபோன கண்ணை மூடி மூடித் திறந்தாள். இழந்தவைகளை பெற்றுக்கொள்ளத் துடிக்கும் அவா அவளின் கண்ணில் இருந்தது.

அந்தி வானம் பூமியை நெருங்கியிருந்தது. பகல் கடமைகளை முடித்த தாதிகள் வீடுகளுக்குத் திரும்பிக்கொண்டனர். இரவுக்கான காட்சிக்கு ஆஸ்பத்திரி தயாராகிக்கொண்டிருந்தது. மாலையில் வழங்கப்படும் தேநீர் மிகத் தாமதமாக நோயாளிகளுக்கு வழங்கப்பட்டது. கிழவி கண்களை விழித்த பொழுது நேரம் ஆறு அரையைத் தாண்டியிருந்தது. குயிலினி கண் விழித்த கிழவியை பார்த்துக்கொண்டே அழுதாள்.

ஏன் பிள்ளை அழுகிறாய். அதெல்லாம் மாறிடும். இப்ப வந்ததை விட சுகமாய் தானே இருக்கு. நீ பயப்பிடாதே. சுகமாய் போயிடலாம் அழாதே. சுகமாய் போயிடலாம் அழாதே என்று இரண்டு தடவைகள் சொல்லி குயிலினியை அழுத்தினாள். கிழவி குயிலினியை முகம் கழுவ கூட்டிக்கொண்டு போனாள்.

உனது இழிவான பயத்தை அழித்து விடு மகளே என்று கிழவி கொஞ்சம் அதிகாரமாக சொன்னாள். கிழவியின் சொற்கள் இன்னும் காயாமல் கிடக்கும் அம்மைத் தழும்புகள் மீது ஊசிகள் பொழிந்ததைப் போன்று குயிலினியைத்

துன்புறுத்தியது. பாழ்பட்டுப் போன விதியின் கண்களைப்போல குயிலினியின் பார்வையற்ற கண் துடித்தது. ஆஸ்பத்திரியின் சுவர்களில் இரவு படிந்திருந்தது. தாழ்வான கூரையின் விளிம்புகளையும் இரவு மூடியிருந்தது. இன்னும் அதியற்புதமான இருட்டு கிழவிக்கு வேண்டும்போலவிருந்தது. குயிலினியின் முகத்தில் சோகத்தோற்றம் அழிந்து பதற்றம் மோதிக்கொண்டேயிருந்தது. கிழவி அவளது தலையைத் தடவிக்கொண்டிருக்கிறாள். யாருக்கும் சந்தேகம் எழாதபடிக்கு கிழவியும் அவளோடுகூடவே படுத்திருந்தாள். குயிலினியின் நடுக்கம் அவளைப் போர்த்தியிருந்த போர்வைக்கு வெளியிலும் பரவிற்று. உயிரோடு வதைக்கப்படும் ஒரு பிராணியைப்போல கிழவியின் கண்களுக்குள் குயிலினி நீண்டாள். இரவின் நெடுமூச்சு நீள்கிறது. தமக்குத் தூரத்தில் நின்ற இராணுவம் கடமை முடித்து போக இன்னொருவன் வந்து நிற்பதை கிழவி பார்த்துவிடுகிறாள். நேரம் ஒன்றைத் தாண்டி விட்டது. கிழவி மெதுவாக குயிலினியை முன்னுக்கு நடந்து போகும் படி சொல்லுகிறாள். குயிலினி எழும்பி நோய்மையின் நடையோடு கிழவி சொன்ன இடத்திற்கு போகத்தொடங்கினாள். கிழவி அவள் போவதே தெரியாமல் படுப்பதைப்போல திரும்பிப்படுக்கிறாள். குயிலினி நலமடையமுடியாத ஒருத்தியாய் நடக்கிறாள். தலைமாட்டில் கிடந்த பையில் இருந்து கைபேசியை எடுத்து தனது மார்ச்சட்டைக்குள் படுத்தபடியே வைத்தாள். கிழவி வழக்கம்போல தனது நேரத்திற்கு எழுந்து செல்கிறாள். கிழவி சொன்ன இடத்தில் குயிலினி போய் படுத்திருந்தாள். கிழவி வந்தவுடன் அப்படியே எந்த அசைவுகளும் இல்லாமல் அவளோடு படுத்துவிட்டாள்.

குயிலினி அழவில்லை, ஆனால் அவளின் நாடி பயத்தில் நடுங்குகிறது. கிழவி கண்டிப்புடன்

எல்லாவற்றையும் கடக்கவேண்டும் என்று மீண்டும் குயிலினுக்குச் சொன்னாள். விபரீதம் விழித்திருப்பதைப்போல குயிலினி இருந்தாள்.

இதோ பார் மகளே! நமது வாழ்வு மிகவும் வேடிக்கைகள் நிரம்பியவை. அவற்றை புரிந்து கொள்ளவேண்டும். நாம் நீசத்தனங்கள் கொண்டவர்களிடம் சிக்குப்பட்டு விட்டோம். நாம் துன்பங்களுக்கு மதிப்புக்கொடுக்க முடியாது. அவற்றை எம் கால்கொண்டு மிதிக்க வேண்டும். எல்லாம் இழந்துவிட்டோம் எம்மிடம் எல்லாமே பிடுங்கப்பட்டுவிட்டது. இந்த இரவில் நாம் சந்திக்கப்போகும் சில மணித்தியாலங்களை நாம் திறனுள்ளவையாக மாற்றவேண்டும். துயரத்தை நாம் பழுதுபார்க்கக்கூடாது அவற்றை முற்றாக நீக்க வேண்டும். எமது மானத்தைக் காப்பாற்றுவதற்கு மரணத்தை நேசிக்கவேண்டும். அதோ அந்த ஆர்மிக்காரன் இன்னும் கொஞ்ச நேரத்தில் வேறொரு திசை நோக்கி சென்று விடுவான். அவனை நான் ஏமாற்றிவிட்டேன். அவன் இன்னும் சொற்ப நிமிடங்களில் நான் அவனிடம் சொல்லும் இடத்திற்கு வந்துவிடவேண்டும். நாம் அவனைக் கடந்து விட்டால் வாயிற் கதவை எந்த விசாரிப்புக்கள் இல்லாமல் கடந்து விடலாம். வாயிற்கதவுக்கு செல்லும்போது நீ இந்தப் போர்வைகளை எறிந்து விட்டு துணிச்சலாக நடந்து செல். யாருக்கும் சந்தேகம் என்பதை உண்டுபண்ணமுடியாத அளவுக்கு உனது நடை அதில் இருக்கவேண்டும் மகளே நோயுற்ற உனது உடலை நீ விடுதலை செய்.

கிழவி தனது மார்ச்சட்டைக்குள் இருந்து கைபேசியை எடுத்து தொடர்புகொண்டாள். அந்த ஆர்மிக்காரன் போன் எடுப்பதை குயிலினி தனது ஒற்றைக் கண்ணால் பார்த்தாள். கிழவி தொடர்பை துண்டித்தாள். ஆர்மிக்காரன் மிகவேமாக அந்த இடத்தில இருந்து மறைந்தான். கிழவி

சொன்னதுபோலவே நடப்பது குயிலினிக்கு ஒரு துணிச்சலைத் தந்தது. அவளிடம் நிறையக் கேள்விகள் கிழவியிடம் கேட்பதற்கு இருந்தது. ஆனால் காலமிதுவில்லை. போ குயிலி... போ என்று பாட்டி சொன்னாள். பாட்டி அமைதியாக கட்டளையிட்டாள். குயிலினி இரவுக்குள்ளால் நடந்தாள். அலைக்கழிக்கப்பட்ட வாழ்வின் மீது நடந்தாள். கிழவி அவள் பின்னே அடியெடுத்து வைத்தாள். கிழவியின் மார்புச் சட்டைக்குள் போன் அதிர்ந்தது. கிழவி எடுத்து துண்டித்தாள். மிகவேகமாக குயிலினியும் கிழவியும் அந்த இடத்தைத் தாண்டினார்கள். குயிலினிக்கு நம்பிக்கை செறிந்திருந்தது. பொது நோயாளிகள் நடமாடும் இடத்திற்கு வந்துவிட்டதை கிழவியிடம் குயிலினிதான் சொன்னாள். நீ போர்வையை உன்னிடமிருந்து நீக்கு. அதோ அந்த வாயிலை நோக்கி மிகத் துணிச்சலாக நடந்து செல். இரவின் கரு நிழல்கள் கிழவியின் கண்களில் பட்டுச் சிதைந்தன. குயிலினி நடந்தாள். அச்சம் நீங்கிய நிதானம் அவளின் ஒவ்வொரு அடியிலும் இருந்தது. அவள் ஆஸ்பத்திரியின் வாயிலைக் கடந்து வெளியில் போகிற பொழுது கிழவி முன்னோக்கி நடக்கத் தொடங்கினாள். எல்லாம் மூன்று நிமிடங்களுக்குள் நடந்து முடிந்தவையாக கிழவி மாற்றிக் காட்டினாள். வெளியில் போனவுடன் கிழவியை கூட்டிச் செல்ல நின்ற ஒரு நடுத்தர வயதான ஆண் இருவரையும் தனது வீட்டிற்கு கூட்டிச் சென்றார். குயிலி இது உனது மாமா. உனது அம்மாவின் தம்பி. நீ பார்த்திருக்கவாய்ப்பில்லை மகளே! என்று குயிலியை கட்டிப் பிடித்துக் கொஞ்சினாள் கிழவி. வீட்டில் இருந்தவர்கள் எல்லோரும் குயிலினியை சூழ்ந்துகொண்டார்கள். அவர்கள் துயரத்தை தொட்டுப் பார்க்க விரும்பியவர்களைப்போல அம்மைத் தளும்பகளோடு இருந்த அவளின் கரங்களைப் பற்றினார்கள். கிழவி இராணுவத்தை ஏமாற்றிய கதையையும்

கைபேசி கிடைத்த சம்பவத்தையும் எல்லோருக்கும் சொல்லிச் சிரித்தாள். குயிலினியின் களைத்துப் போன கண்கள் நித்திரையில் மூடியது. கிழவியின் கண்களில் இருந்து வழிந்த கண்ணீரில் சூரியன் மினுங்கிய காலையை கிழவியே பார்த்து மகிழ்ந்தாள். குயிலினியை காப்பாற்றிவிட்டேன் என்ற நிம்மதியில் கண்ணீர் தழுதழுத்தது. நீண்ட பகல் கழன்று போக அந்திப்பொழுது நெருங்கும் வானத்தில் வெண்மேகம் காற்றில் கரைவதைப்போல காணாமல் ஆகியது. மேகத்தின் கீழே சிறகுகளை விரித்துப் பார்வையில் கடந்த பறவைகள் காய்ச்சலில் வெளிறிப்போய் இருக்கும் குயிலினியின் கண்ணுக்குள் அடைந்தன. சாதுவாக வீசும் குளிர்காற்று அவளின் உடலை நடுக்க தனது விரல்களை மடித்து நெட்டி முறித்தாள். ஒரு விதமாய் தனது உடல் விதிர் விதிர்த்து நடுங்கியதை அவளால் உணரமுடிந்தது. தன்னை இறுக்கமாக போர்வையால் மூடியபடி மீண்டும் முற்றத்துக் கட்டிலில் சரிந்துபடுத்த குயிலினியை அம்மம்மா தட்டியெழுப்பவில்லை. சுருக்கங்கள் கிடையாத கிழவியின் முகத்தில் எவரிடமும் சொல்ல முடியாத துக்கம். கிழவிக்கு துணையாக குயிலினியும் குயிலினிக்கு துணையாக கிழவியுமென விதிக்கப்பட்ட வாழ்க்கையின் அசைவு விரக்திகளால் மூடியிருந்தது. பூமி இருளத்தொடங்கியதும் நிசப்தம் முதுபெரும் கலையைப்போலச் சாய்ந்தது. ஒதுக்கப்பட்ட வெளியில் குளிர் காற்று சுழலாகத் தோன்றியது. குயிலினியின் உடலை ஈரச் சீலையால் துடைத்தபடி கதறியழவேண்டுமென்கிற மூச்சை உள்ளிழுத்து விம்மிய கிழவியின் ஆத்மாவில் கலக்கம். மகளே! நாம் இன்னும் கொல்லப்படவில்லை.

நிலமதி

நெடுநேரம் அவளோடு இருந்த நாளாக நேற்றிருந்தது. பருவத்தின் வசந்த நடை காற்றிலிருந்து கழன்று எம்மிருவரிலும் விழித்துக்கொண்டதாய் கதைத்துக்கொண்டிருந்தோம்.தான் தோன்றியாகவே மழைத்தூறலில் நனைவதைப்போல அவளது கண்கள் அசைந்தன. அவளின் ஜீவ ஆற்றல் மிக்க விரல்களை அளைந்துகொண்டிருந்தேன். அந்தக் கணங்கள் என்னை இப்போதும் திகைக்கச் செய்கிறது. அலங்கோலமான வாழ்வில் அசையும் ஆகாயத்தில் எழுந்து பறக்கும் சாம்பல் நிறப் புறாக்களைப்போலவல்லவா இருந்திருக்கிறோம்.

கடைசிச் சந்திப்பின் இறுதியில் நிலமதி தந்த பொதிக்குள் பலகாரங்களும் இரண்டு சேர்ட்டும் இருந்தது. அரூபமாய் இருவரின் பிரிவின் களைப்பு அந்தப் பொதியில் கனத்துக் கிடக்கிறது. நான் களத்தில் இருந்து விடுமுறையில் செல்கிற போதெல்லாம் அவளைச் சந்தித்துக் கொள்வேன். ஆனால் இந்தச் சந்திப்பு சக்தி வாய்ந்ததாய் இருக்கிறது. அவளின் கண்களில் வெளிச்சமிட்ட கண்ணீர் என்னை வதைக்கிறது.

நாம் பிரிந்திருக்க வேண்டும் என்பது காலத்தின் வதை. அது அவளுக்கு விளங்காமலில்லை. எனது இறவாமை பற்றியெல்லாம் கடவுளிடம் கண்ணீர் விட்டுக் கேட்காதே என்று எத்தனையோ தடவைகள் சொல்லிவிட்டேன். நாம் வாழும்

நிலத்தில் இறப்பதற்கு அஞ்சுவது வாழ்வதற்கு சலிப்பதுபோல. நிலமதி! நான் சண்டைக் களத்தில் நிற்கிறேன். நீ என்னை நினைத்து யோசியாதே. நான் களத்தில் வீரச்சாவு அடைந்துவிடுவேனோ என எண்ணும் நீ களைப்படைந்து இருப்பது எனக்கு கவலையாகவும், அவமதிப்பாகவும் இருக்கிறது. நான் இயக்கத்தில்தான் இருக்கிறேன். நீ போராளியை நேசிப்பவள். சாவையும் காயங்களையும் நினைத்து அழாதே என்று சொன்னேன்.

இப்பிடிக் கதைக்கவேண்டாம் என்று வாயில் அடித்தாள்.

நான் அவளின் கன்னங்களை முத்தமிட்டேன். கண்ணீர் நெரிந்தது. அது மோசமான வானிலைக் காலத்தில் மொட்டவிழும் பூவைப்போலானது. வெட்கத்தில் அவள் தலைமுடி கலைந்திருந்த சமயம் கடலின் அலை என்னை இழுத்ததுபோலவிருந்தது. நாம் முத்தங்களை கன்னங்களில் பரிமாறிக் கொண்டிருக்கையில் போர் விமானங்கள் காற்றைக் கிழித்து இரைந்தன. சாவுக்கென தனியாய் விடப்பட்ட நிலத்தின் ஆகாயவெளியில் ஆளுயரக் குண்டுகளைக் காவிக்கொண்டு போர் விமானங்கள் பட்சிகளைப்போல நிரம்பித் திரிந்தன. நிலமதி சிதைவுற்ற உயிரியின் பிசுபிசுப்பைபோல நடுங்கி என் கைகளைப் பற்றினாள்.

முகிலன் எங்களுக்கென்றொரு நிம்மதி இந்தப் பூமியில் இல்லையா? நாம் இப்படித்தான் எல்லாவற்றுக்கும் இடையில் வாழவேண்டுமா? நிலமதியின் அழுகை தோய்ந்த இந்தக் கேள்விகள் சபித்த வாழ்வின் மீதே கரைந்தது.

அவளை அரவணைத்தேன். பதில்கள் இல்லாத கேள்விகளுக்கு அனுதாபம் நெருக்கமாகிவிடுகிறது. எனக்கும் நிலமதிக்கும் மேல் அந்தியில் அசைந்தபடி காலமோட்டிய நிழல்கள் தீர்ந்து போயின. என்னை

வழியனுப்பும் நேரம் நிலமதியின் முன்னே காத்திருந்தது. இருளத்தொடங்கிய பூமியில் இன்னும் இருவரும் இருந்து கதைக்கவேண்டும் என்று அவள் விரும்பினாள்.

வெளிக்கிடுவம், நல்லாய் நேரம் போய்விட்டது.

இன்னும் கொஞ்ச நேரம் இருக்கலாம் முகிலன்.

இருட்டிய வானத்தில் சிறு சிறு காயங்களைப்போல நட்சத்திரங்கள் முந்திக்கொண்டு மின்னின. நாம் இருந்த மரத்தின் கிளைகளில் பறவைகள் கூடின. பூமியின் படுமோசமான அமைதி சூழலை அச்சுறுத்துகிறது. இரவின் நெடுமூச்சு விசித்திரமான சப்தத்தோடு காற்றில் கலக்கிறது. நிலமதியின் மூச்சு சுடரைப்போல என்னில் படர இந்த இரவை மேன்மைப்படுத்தும் விதமாய் நான் அவளை முத்தமிட்டேன். கண்ணீர் ததும்பித் ததும்பி முத்தமிடும் நிலமதியை இந்தப் பூமியின் இருட்டு உகுத்துக்கொண்டது.

நட்சத்திரங்கள் நிறைந்த வானத்தின் இருளுக்குள் நிலமதி என்னை சேமித்துவைக்கிறாள். ஒற்றையடிப் பாதையில் பாவாடையின் மணல்களை தட்டிவிட்டு என்னை சேர்த்தணைத்து நடந்தாள். இந்தச் சந்திப்பின் பின்னான நிலமதியின் பாதங்களின் ஈரம் ஈச்ச மரங்கள் நிறைந்து கிடந்த மணல்களில் பசலையாய் பூத்திருக்கும். அவளின் கொஞ்சல் வழியும் கதைகளின் அசைவுகள் என் அடிவயிற்றில் குளிர்ந்தது. அவளின் கன்னங்கள் மஞ்சள் பட்டைப்போல மின்னியது. விழிகளை பெருமூச்சு பெருகிப்பரவி நிறைத்தது.

நான் சின்னப்பிள்ளைபோல அடம்பிடிச்சிட்டன் முகிலன், மன்னிச்சுக் கொள்ளுங்கோ.

நிலமதி உமக்கு எல்லாவற்றுக்கும் இடமிருக்கிறது. இப்படி என்னை நீ ஆராதிக்கும் நினைவுகள் இனிய தோற்றத்தோடு என்னில் நிலைபெற்றிருக்கிறது. நாம்

இருந்து கதைத்த இடத்தில் காயாகிக் கிடக்கும் ஈச்சைகள் கனியாக ஆகிற பொழுது அதில் உனது முத்தங்கள் தேன்களாகி கிடக்கும்.

முகிலன் அடுத்த விடுமுறை எப்ப வரும்?

என்ன கேள்வி இது. சண்டைக்களத்தில் இருந்து கிடைக்கிற விடுமுறையை திகதி குறிப்பிட்டு சொல்லவா முடியும். நான் வருகிற பொழுது சந்திக்கிறேன். என்னைப் பற்றி யோசியாதையும்.

நான் செத்தால் வீரச்சாவு

பிரியும் வேளையில் இருவர் கண்களிலும் இலையுதிர்காலம் காட்சியளித்தது. பெருமூச்செறிந்து ஒரு கானத்தை இசைக்கும் காட்டுக்குருவியின் சிறகைப்போல என் உள்ளத்தில் வேதனை. அவளின் பார்வை துயரத்தின் திரளினிடையே ஒரு கனவைக் காணும் குழந்தையைப் போலிருந்தது. அது தனது கனவின் திடுக்கிடச் செய்யும் நிடங்களை என்னிடமிருந்து மறைக்கிறது. நாம் சன்னங்களும் குண்டுகளும் வெடிக்கும் முற்றங்களில் பூக்களைப் பரிமாறும் காதலர்களானது கொடூரத்தின் நிழல் பதித்த விதி. நிலமதி நாம் புயற்காற்றின் வெளியில் தென்றலை தேடிக்கொள்கிறோம். வாழ்வின் அகமும் புறமும் இரத்தமும் காயமும் ஒளிர்கின்றன. எமது நித்தியத்தில் சாவு பூக்களைப்போல வள்ளலாகவே விளங்குகிறது.

கோடைகாலத்தின் சருகுகளைப்போல நான் போர்க்களத்தின் புகைக்குள் சுழண்டு கொண்டிருக்கிறேன். உனது சகல சஞ்சலங்களின் ஆழ்ந்த அச்சத்தை என்னால் உணர முடிகிறது. நான் இப்பொழுது உன்னிடம் இருந்து வானத்தின் கீழே பிரிகிறேன். நாம் எல்லாவற்றுக்குமாய் சாவோடு வாழவேண்டியவர்கள். நாளை விடியலின் வானத்தின் கீழே நான் போர்க்களத்தில் துவக்கோடு நிற்பேன் என்று சொல்லிப் பிரிந்தேன்.

மூன்று மாதங்கள் ஆகிவிட்டன.

போர்க்களத்தின் அமைதியை ஒரு போராளி விரும்பாததைப்போலவே அவள் எனது பிரிவை விரும்பமாட்டாள். தொடர்ந்து நான்கு தினங்களாய் நடந்த சண்டையில் என்னோடு ஒரே காவலரணில் நின்ற இரண்டு பேர் வீரச்சாவு. பூமியின் நித்திரைக்கு எமது மரணங்கள் கனவு. எனது கையினைப் பற்றியிருந்த அவள் விரல்களில் கசிந்த அன்பின் சங்கதிகள் விரியன்பாம்பைப்போல என்னைக் கொத்துகிறது. எனது விரல்கள் ஐந்தடி பதுங்குகுழிக்குள் துவக்கின் டிகரில் இயங்கிக்கொண்டேயிருக்கிறது. சன்னங்கள் வழியே நம் மானத்தையும் நிலத்தையும் தக்கவைத்துக்கொண்டிருக்கும் என்னை அவள் நினைந்துகொண்டிருக்கிறாள். நான் சாவுக்கு ஆயத்தம் பண்ணப்பட்ட உயிரைச் சுமக்கும் உடலைக்கொண்டவன். அவள் உயிரும் என்னிடமே இருக்கிறது. இவற்றையெல்லாம் சரிபார்க்கும் வகையில் ஒவ்வொரு பொழுது விடியலிலும் வெடிகுண்டின் பேரோசை தன்னை நிலைப்படுத்துகிறது.

நேற்றைக்கு நள்ளிரவு கடுமையான மோதல். எமது தடுப்பணைகளை சுக்குநூறாக்கி இராணுவம் ஒரு முன்நகர்வை மேற்கொண்டிருந்தது. போராளிகள் முன்னரங்கில் நின்று கடுமையாகச் சண்டை செய்தார்கள். நிலத்தின் வெளிமுழுதும் மின்மினிப்பூச்சிகளாய் குண்டுகள் வெளிச்சத்தோடு பறந்துதிரிந்தன. நம்மைக் காப்பாற்றிய மரங்கள் முறிந்து வீழ்ந்தபடியிருந்தன. துவக்குகளைப்போல நள்ளிரவும் யுத்தத்திற்கானதே.

ஆயுதத்தின் சத்தம் வெறித்தனமான அத்தியாயங்களைக் கொண்டது. நிலமதியின் நினைவுகள் என்னைச் சுற்றிவளைப்பதைப்போல நள்ளிரவெங்கும் குண்டுகள் சுற்றிவளைத்திருந்தன. சோவென பெய்யும் மழையாய் எறிகணைகள். போராளிகளின் குருதிகள் வெள்ளம். பின்வாங்கத்

அகரமுதல்வன் ❖ 57

தொடங்கினோம். நான் எனது பதுங்குகுழிக்குள் நிலமதி வாங்கித் தந்த ஆடைகளையும் சுட்டுத்தந்த பலகாரங்களையும் கைவிட்டு பின்வாங்கினேன். இது என்றென்றைக்கும் நான் வேதனைப்படப் போகிற இழப்பு. நான் குருதியிழத்தல், உயிர் துறத்தல் எல்லாவற்றையும் ஒப்புக்கொண்டிருக்கிறேன். ஆனால் இதைக் கைவிட்டிருக்கக்கூடாது. நாட்டைக் காப்பதைப்போல காதலின் பரிசுகளையும் போராளி காக்கவேண்டும். என்னிடம் இப்போது அசாத்தியமான கவலை குடிகொண்டுவிட்டது. நிலமதியின் கைகளைப் பற்றி முத்தமிட்டு நீ வாங்கித் தந்த ஆடைகளை நான் அணிந்து கொள்ளாமல் களத்தில் கைவிட்டுவிட்டேன் என்று சொல்லவேண்டும். முதலில் காய்ந்த தென்னம் பாளையைப்போல செல்லக் கோவத்தில் எரிந்து சிவப்புச் செம்பருத்தியாய் விரிந்து என்னை முத்தமிடுகிற தருணத்தில்தான் பூமியின் எல்லா இழப்புக்களும் ஈடு செய்யப்படும்.

நான் விடுமுறையில் செல்ல வாய்ப்புக் கிடைக்குமெனில் அவளிடம் சொல்லிவிடலாம். சிலவேளைகளில் நான் வீரச்சாவு அடைந்து விட்டால்? என்னை என்னால் உணரமுடியவில்லை. சிதிலங்களின் சொற்றொடரைப்போல என் பெயரே எனக்கு கேட்கிறது. நான் மரணத்தின் கடல் நடுவே நீச்சலற்ற உயிர். அடங்கிய யுத்தச் சத்தங்கள் தற்காலிகமானவை. மவுனத்திற்கு மகிமையுண்டென நான் நம்புவதற்கில்லை. எனக்குள் எந்த மவுனங்களும் இல்லை. முறிந்து வீழ்ந்த மரங்களிற்குள் நசிபட்டுக் கீச்சிடும் குருவிக்குஞ்சுகளைப்போல என்னை எது இவ்வாறு நசிக்கிறது. என்னை நினைத்து அழுதுவடியும் நதியாவின் திடுக்கிடும் கணங்கள் என்னை உலுக்குகிறது. அவளின் பிம்பம் சினைப்பர் ஒளியைப்போல என் மீது படர்கிறது.

வானத்தில் சூரியன் சிவப்பாய்ச் சரிகிறான். நான் கிடைத்திருக்கும் ஓய்வில் எதையாவது உண்டு

பசியாறவேண்டும். நாம் பின்வாங்கிவிட்டோம். இன்றைய இரவு மீண்டும் களத்தில் தணல் பறக்கும். இருளத்தொடங்குவது பூமி தானே தவிர நம் வாழ்வல்ல. எதிரிகள் களத்தில் அணிமாறுகிறார்கள். உலங்குவானூர்தியின் சத்தம் அதனைக் காட்டித் தருகிறது. யுத்தப் பேரிகையின் முன்னணி இசையிது. என்னோடு மூன்று போராளிகள் இணைந்திருக்கிறார்கள். அவர்கள் கண்களில் அவ்வளவும் வெளிச்சம் நிரம்பிக்கிடக்கிறது. இது துணிச்சலின் மினுமினுப்பு.

என்னோட பேர் முகிலன்

உங்கட பேர் என்ன

கருமுகிலன்

வானரசன்

கனல்மாறன்

வேற சண்டையில நிண்டு இருக்கிறிங்களோ.

நான் மட்டும்தான் அண்ணா புதுசு, இவங்கள் இரண்டு பேரும் மன்னாரில இருந்து சண்டையிலதான் நிக்கிறாங்கள் என்று கனல்மாறன் சொன்னான்.

நான் சும்மாதான் கேட்டனான். தெரிஞ்சு வைச்சிருக்கிறது நல்லம் தானே. கருமுகிலன் நீங்கள் இறுக்கமாய் நிண்டு சண்டை செய்விங்கள் என்று கேள்விப்பட்டனான். ஆர்மி முன்நகர்வான் என்று தெரியுது. ஒரு சின்னச் சண்டையை இரவுக்கு செய்வான் என்று நினைக்கிறம். வேவுத் தகவல் அப்படித்தான் கிடைச்சிருக்குது. ஒரு அடி பின்னுக்கு போகக்கூடாது. நிண்டு சண்டை செய்வம் என்று சொன்னேன்.

அது அப்படித்தான் நிகழ்ந்தது. ஆனால் போர் விமானங்களில் இருந்து தொடங்கியது. முன்னணி அரங்கில் எம்மை இலக்கு வைத்து நான்கு

போர்விமானங்கள் ஆளுயரக் குண்டுகளால் தாக்குதல் நிகழ்த்தின. இரவு ஆயுதத்தின் அராஜகத்தில் பிளவுண்டு பிளவுண்டு பக்கங்களாய் பறந்து சிதைந்தது. நிலத்தின் ஜீவிதம் விறைத்து இறக்கும்படியாய் குண்டுகள் வீழ்ந்து வெடித்தன. பதுங்குகுழிக்குள் துவக்குகளை நெஞ்சோடு அணைத்தபடி நானும் எனது அணியினரும் பிஸ்கட் சாப்பிட்டுக்கொண்டிருந்தோம். போர் விமானங்களின் தாக்குதலில் இருந்து நாம் மீள்வதற்கும் நிலைகொள்வதற்கும் முன்னமே எதிரியின் துப்பாக்கிகள் இயங்கத்தொடங்கின. நேற்றைக்கு எமது பின்வாங்கல் எதிரிக்கு ஒரு வலிமையைத் தந்திருப்பதாக நான் உணர்ந்தேன். சன்னங்கள் காற்றின் வெளியில் மோதத்தொடங்கியது. எமது துவக்குகள் ஒரு லயத்தோடு எப்போதும் இயங்கக்கூடியவை. பயத்தில் கண்ணை மூடியபடி இரவில் நடந்து போகும் சிறுவனைப்போல துவக்கினை இயக்க முடியாது. தாக்குதல் வரும் திசை நோக்கி எமது ஒட்டு மொத்த சூடுகளும் செல்லும். எறிகணைகள் எரிந்தபடிக்கே நிலத்தில் வீழ்ந்தன. போராளிகள் காயமடைவது களத்தின் கிழக்கில் சூரிய உதயம். மோதல் தன் அகண்ட வாயைத் திறக்கத் தொடங்கியது. இருளின் எந்தத் தடயமும் பூமியில் இல்லாததைப்போல வெளிச்சம் குண்டுகளின் வெடிப்பிலிருந்து தெறித்தது.

போராளிகள் குருதிகள் வழிய வழிய சண்டையிட்டபடியிருக்கிறார்கள். குருதியை மிதித்த படி காயமடையாத போராளிகள் முன்னேறிக்கொண்டிருக்கிறார்கள். நான் கட்டளைகளை இடுகிறேன். முன்நகர்கிறேன். மொட்டைக் கத்தியால் வெட்டப்பட்ட வாழைமரத்தைப்போல வானரசன் கழுத்தறுந்து களம் வீழ்ந்தான். அவனை சாப்பாட்டுக் கோப்பை அளவிலான குண்டுசிதறல் கொன்றது. அவன்

வீழவும் நான் நிமிர்ந்து பார்க்கவும் நடுவில் நிலமதியின் நடுக்கம் என்னைத் தொற்றியது. அவ்விடம் விட்டு முன்நகர்ந்தேன். இப்படித்தான் நம் வாழ்க்கை உடலங்களைக் கடக்கிறது. காயங்கள் நிரம்பி விட்டது. எதிரிகள் ஒரு பக்கம் பின்வாங்கிக்கொண்டிருக்கின்றனர். போராளிகள் களம் வீழ்ந்தபடியும் முன்னேறிக்கொண்டிருக்கிறோம். "இழத்தலின் வலி களத்தில் தெரியும். அடி அடி விடாதே" என்று கட்டளைகள் சன்னங்களைப்போல வந்துகொண்டிருக்கிறது. யுத்தத்தின் பெருத்த கால்கள் தூக்கி நடக்கும் பாவனையோடு எதிரியின் டாங்கிகள் நகர்கின்றன. ஓயாத குண்டு மழை. மழை இப்பூமியை நனைக்கும் சொல். எம்மைக் கொல்லும் சொல்.

எரியும் நிலத்தை தீயாகிக் கடக்கிறோம். முன்நகர்கிறோம். கைவிடப்பட்டு பின்வாங்கிய இடத்தை அடைகிறோம். சொற்ப நேரத்தில் அதையும் தாண்டி இடங்களை மீட்கிறோம். இதோ இதோ பின்வாங்கும் டாங்கிகளின் சத்தத்தை கேளுங்கள் என்று காற்று இதமாய் காதுக்குள் செல்கிறது. நான் களத்தில் முன்னேறுகிறேன். ஒரு மரத்தின் காப்போடு நின்று சண்டையிடுகிறேன். கருமுகிலன் களம் வீழ்ந்தான் என்கிற தகவல் கிடைக்கிறது. வாழ்வும் சாவும் தகவலால் நிரம்பியது.

கைவிடப்பட்ட பதுங்குகுழியைத் நோக்கி முன்னேறுகிறேன். அதற்குள்தான் நிலமதியின் கனத்துப் போன பிரிவு பலகாரமுமாய் சட்டையுமாய் கிடக்கிறது? அது எதிரிகளால் கைப்பற்றப்பட்டிருக்கும். என்னை இந்த நிலை அவமதிக்கிறது. நான் எனது காதலின் பரிசை எதிரியிடம் இழந்துவிட்டேன். யுத்தத்தின் தகிப்பு ஒன்றாய்க் கூடுகிறது. போர்விமானங்கள் திசை மீறி தாக்குதலை தொடுக்கின்றன. போராளிகளின் துவக்குகள் உதிரத்தின் பேரண்டத்தில் இயங்கிக்கொண்டேயிருந்தது. எதிரியின் சடலங்கள்

அகரமுதல்வன் ❖ 61

கருகிக் கிடக்கிறது. முன்னேறிக்கொண்டிருக்கும் எம் கால்கள் இரத்தத்துள் புதைகின்றது.

ஒரு மரத்தினருகே காப்பெடுத்து துவக்கை இயக்கியபடியிருக்கிறேன். என் வலக்கண்ணின் பக்கவாட்டில் சிறு கல்லுப் பட்டதைப்போல உணர்ச்சி. மண் துகள்கள்பட்டிருக்கும். விறுவிறுத்தது. இரத்தமா? கண்ணீரா? கண்ணீர் சிவக்காது, இரத்தம்தான். பூமி குண்டுகளால் பிரகாசித்து எரியும்போது இருட்டியது. என் கண்கள் மட்டும் இருள் குவித்தது. துவக்கை நெஞ்சோடு உயிராய் அணைத்தேன். என் கைகள் சோர்ந்து மூச்சு சிதையும் பொழுதில் இரத்தத்தில் தத்தளித்தேன். என்னை நிலமதியாய் மணல்கள் ஒட்டிக்கொண்டன. அவள் வாங்கித் தந்த ஆடைகளையும் சுட்டுத்தந்த பலகாரங்களையும் கைவிட்டதுபோலவே என்னையும் களத்தில் கைவிட்டேன். நிலமதியின் உருவம் பிறழ்ந்து அக்கினியாய் என் வித்துடலில் படர யுத்தம் உடைந்து பெருத்தது.

முஸ்தபாவை சுட்டுக்கொன்ற ஓரிரவு

ஒரு நாள் காலையில் நாங்கள் குடியிருக்கும் பகுதியிலிருந்த காட்டுக்குள் கடுமையான போர்விமானத்தாக்குதல்கள். காலையில் நிலமதிர நித்திரையிலிருந்து எழும்பியோடி முஸ்தபாவை தூக்கிக்கொண்டு பங்கருக்குள் போயிருந்தேன். முஸ்தபா சற்றுப்பயந்திருந்து முழித்தாள். அவளுக்கு சத்தம் பிடிக்காது. அதுவும் குண்டுகளின் சத்தம் தன்னைத் தாயிடமிருந்து பறித்த கொடூரத்தின் குரலென எண்ணம். பங்கருக்குள் இருக்கவும் முஸ்தபா பழகிக்கொண்டாள். ஆனால் இந்தச்சத்தம் மிகக்கடுமையாக எம்மை நெருங்கிக் கேட்டதனால் சற்றுப் பயந்துபோயிருந்தாள். இருந்தவொன்றை இழந்த துயர். கண்கள் இருட்டிக்கிடந்தன. மீண்டும் மிக் விமானங்கள் தாக்குதல் நிகழ்த்திக்கொண்டேயிருந்தன..

நான் முஸ்தபாவை இறுகக்கட்டியணைத்தேன். பங்கர் அதிர்ந்தது. மக்கள் கதறியழுவதும் எனக்கு கேட்டது. வெளியில் முஸ்தபாவோடு வந்தேன். காட்டுக்குள் புகை எழும்பிக்கொண்டேயிருந்தது. முஸ்தபாவை பார்த்தேன். அவளின் வலதுபக்க காதிலிருந்து இரத்தம் கசிந்தது. காயப்பட்டுவிட்டாள் என்று கைகளால் இரத்தத்தை துடைத்து நல்ல வேட்டியொன்றை கிழித்து துணியால் மண்ணிறமுடிகளைத் தடவினேன். ரத்தம் வந்துகொண்டேயிருந்தது. முஸ்தபாவை பக்கத்திலுள்ள போராளிகளின் மருத்துவமனை

ஒன்றுக்கு கூட்டிச்சென்றேன். வெடியின் அதிர்வில் செவிப்பறைக் கிழிந்திருக்கலாம் என ஒருவர் சொன்னார்.

பிரச்சனை இல்லையா என்று கேட்டேன்?

பிரச்சனைதான், ஆனால் ஒன்றும் செய்ய ஏலாது. இப்படி நிறைய ஆக்களுக்கே நடந்துகொண்டிருக்கு, நீங்கள் உதுக்கு கவலைப்படுகிறியள் என்றார் அந்த ஒருவர். அவரை நான் பார்க்காமலே திரும்பிவந்துவிட்டேன். முஸ்தபாவுக்கு காயமென மக்கள் எல்லோரும் எனது வீட்டின் முன்னே கூடிநின்றார்கள்.

அது ஒன்றுமில்லையாம், அவளுக்கு அதிர்வில செவிப்பறை கிழிஞ்சிட்டுதாம் என்றேன். மக்களின் கண்களில் போர் குறித்து குரூரம் வந்தது. அந்த மக்களை எந்தக் குண்டுகள் கொல்லவில்லை. முஸ்தபாவுக்கு புதுப்போர்வை விரித்து படுக்கச்செய்தேன். அவள் படுக்கவில்லை. எழுந்து எல்லோரையும் வெறித்துப்பார்க்கத்தொடங்கினாள். நான் அவளைக் கூப்பிட்டாலும் ஓடிவருவதில்லை. சைகை செய்தாள் வருகிறாள். அவளுக்கு இரண்டு காதுகளும் கேட்கவில்லை என்பதை நான் உணர்ந்தபொழுது தவிர்க்கமுடியாத என் மரணத்தை நேரே பார்த்தேன்.

நான் முஸ்தபா என்றழைக்கும் அவளை எனக்குப்பிடிக்கும். அவளின் கண்கள் மிகச்சிறியது. அவளின் கருவிழிகளுக்குள்ளால் நானும் வளர்ந்தேன். தெருக்களில் என்னோடே நடந்துவரும் அவள் வாலின் அசைப்பு கடவுளரின் கண்களையே திறக்கும் மிகப்பரந்த ஜீவனாயிருக்கும். முஸ்தபாவை சின்னஞ் சிறுமியாக கைகளில் தூக்கியபோது அவள் தாயையும் தந்தையையும் துவக்கைவெடிக்கச் செய்து சத்தங்களால் கலவரமடையச் செய்து திரத்தினேன். முஸ்தாபாவின் தாய் கண்ணீரோடு

64 ❖ முஸ்தபாவை சுட்டுக்கொன்ற ஓரிரவு

கிளைகளில் தாவித்தாவி ஓடிய காட்சி என் இதயத்தை எப்போதும் உலுக்கும். அதை நான் கற்களால் எறிந்து திரத்தினேன். முஸ்தாபவை நான் வீட்டிற்குகொண்டுவரும் வழியில் எல்லோரும் அவளை குரங்குக்குட்டி என்றார்கள். நான் கோவப்பட்டேன். அதற்கு பெயருண்டு. முஸ்தபா என்று எல்லோருக்கும் சொன்னேன்.

பின்னைய காலங்களில் வெகு சிலரே குரங்கென்று அழைத்தார்கள். முஸ்தபாவின் கழுத்தில் நான் சங்கிலியிட்டேன். அவள் என்னோடு அச்சமற்று ஐக்கியமானாள். சில மதியங்களில் தாயைப்பிரிந்த பிறவித்துயரும் வனத்தைப்பிரிந்த துயரும் நினைவுகளாய் தைக்கும் நேரங்களில் அவள் அழுவாள். அவள் கைகளின் ரேகைகள் மிகமென்மை பொருந்திய சுருக்கங்களாய் கிடக்கும். என் தலையில் ஓடித்திரியும் பேன்களை பார்க்கவேண்டும் என அவளுக்கிருக்கும் அடம்பிடிப்பு அம்மாவிடம்கூட இருப்பதில்லை. முஸ்தபாவை நான் கொஞ்சுவேன். என் மூச்சின் சுகந்தம் முஸ்தபாவுக்கு இதமானது. எனது காதினைப் பிடித்துக்கிள்ளுவதும் என் அசைவுகளை அப்படியே நகலாக்கிக் காட்டுவதும் முஸ்தபாவுக்கு கைவந்த கலை. பகல் முழுக்க கழுத்தில் சங்கிலியோடு முற்றத்திலுள்ள மரத்தில் கட்டிவைத்துவிடுவேன். சாப்பிடுவாள். இரவில் சற்றுநேரம் என்னோடு எனக்கருகே வந்துபடுப்பாள். இனி நீ போ என்று சொன்னாலும் போகேன் என்பதைப்போல என்னைக் இறுகப்பற்றியிருப்பாள். முஸ்தபாவை நான் எப்போதும் போவென்று சொன்னது கிடையாது.

நான் இதை எழுதிக்கொண்டிருக்கும் நேரத்தில் முஸ்தபாவின் சிறிய கண்கள் மூடித்திறக்கின்றன. நினைவுக்கு துன்பம்பற்றிய கவலையில்லை. அது இறந்தகாலங்களையும் நிகழ்காலங்களையும் கண்ணீரால் தொடர்புபடுத்துகிறது. முஸ்தபாவை

நான் கொன்றுபோட்ட இரவின் நெடில் இப்போதும் என் வியர்வையில் மணக்கிறது. நான்தான் அவளைக்கொன்றேன். அவளின் மிகப்பரந்த ஜீவனாயிருக்கும் வாலின் அசைவு இரத்தத்தில் உறைந்தபோயிருந்தபோதும் மிஞ்சியிருந்த அவளின் உயிரை நான் சன்னம் ஒன்றால் கொன்றேன்.

அந்த இரவு என்பது இப்படித்தான் இருட்டியது.

நானும் முஸ்தபாவும் தோட்டக்கிணற்றில் குளித்துவிட்டு மாமரத்தின் கீழே படுத்திருந்தோம். அந்த மாமரத்தின் கீழேபடுத்தால் வருகிற நித்திரைக்கு அளவில்லை. நான் நுளம்புக்கடியில் எழும்பினேன். நிலம் இருண்டுவிட்டது. முஸ்தபா நித்திரையிலிருந்தாள். அவளைக் குழப்பிவிடக்கூடாது என்று எண்ணினேன். ஆனால் அவளாகவே எழும்பி தனது கண்களைக் கசக்கி இருண்ட பூமியைப் பார்த்தாள். கழுத்தில் சங்கிலியிருந்தது. "உங்கள் முஸ்தபாவுக்கு மட்டும் இரண்டு வால்கள்" என்னைப்பார்க்க வரும் நண்பர்கள் சங்கிலியை இப்படிச் சொல்வார்கள். நான் சங்கிலியை சிலவேளைகளில் அவிட்டுவிடுவேன். அவள் எப்போதும் என்னை ஏமாற்றியதில்லை. போவம் முஸ்தபா என்றேன். பாயைச் சுத்துமட்டும் என்னையே பார்த்தபடியிருந்தாள். பின்னர் நானும் முஸ்தபாவும் வீட்டிற்கு வந்து சேர்ந்திருந்து உணவுண்டோம். அந்த இரவின் ரீங்காரம் சற்றுவித்தியாசமானது. கறுத்த பழங்கள் வானிலிருந்து விழுவதைப்போலொரு நினைப்பு எனக்கு. முஸ்தபாவின் கழுத்தில் கிடந்த சங்கிலியை கழற்றினேன். எனது மடியில் சரிந்துபடுத்தாள். நான் உச்சிபிரிந்து கிடந்த அவளின் தலையைத்தடவிக்கொண்டிருந்தேன். இந்த வாழ்வில் ஏன் முஸ்தபாவை அரவணைத்துக் கொண்டிருக்கிறேன். நம் ஆயுள் என்பது உக்கிய ஏணியில் யானை ஏறுவது தானே, நான் ஏன் முஸ்தபாவை வளர்க்கத்தொடங்கினேன். அவளை

செவிடாக்கிய குற்றம் எனக்குத்தான் சொந்தமானது. பாவங்களுக்கும் உரிமைகோரவேண்டும். அந்த இரவில் முஸ்தபாவை நிறையத்தடவைகள் கொஞ்சினேன். என்னோடு வாழும் மூன்று ஆண்டுகளில் அவள் என்னை யாராக நினைக்கிறாள். நான் அவளை இளைப்பாற்றும் மீட்பராக நினைக்கிறேன்.

இரவின் வெளிச்சத்தில் இரண்டு நாரைகள் பறந்துசென்றன. வௌவால்கள் மரத்திலுள்ள மாங்காய்களை அடிக்கத்தொடங்குகின்றன. முஸ்தபா கோபம்கொண்டு சத்தமிட்டாள். அவளை நான் சமாதானப்படுத்தினேன். அவளை மடியிலிருந்து கீழே இறக்கிவிட்டு வீட்டின் உள்ளே டோர்ச் எடுக்கச் சென்றேன். இரவு பிழம்பாய் மின்னியது. அதிர்ந்த நிலத்திலிருந்து என் வீட்டுக்கூரைகள் தீப்பிடித்து எரிந்தன. எல்லாம் ஒரே நேரத்தில் தீயாகியது. முற்றத்துக்கு ஓடிவந்தேன். முஸ்தபாவின் காதிலிருந்து இரத்தம் வரத்தொடங்கியிருந்தது. என் வீட்டுமுற்றம் மயான முகப்புபோலிருந்தது. நான் முஸ்தபாவைத் தூக்கிக்கொண்டு பங்கருக்குள் ஓடிப்போனேன். மிக் விமாங்களின் இரைச்சல் காதைக்கிழித்தது.

நான் அவளைத்தாயிடமிருந்து பிரித்துக்கூட்டிக் கொண்டு வருகையில் அவளுடல் நடுங்கியநடுக்கம் வந்துபோனது. முஸ்தபாவை கட்டிஅணைத்தேன். அவள் நடுங்கவில்லை. குண்டுகள் இரவுகளை பழித்துக்காட்டுவதைப்போல வெளிச்சமிட்டு வெடித்துக் கொண்டேயிருந்தது. பங்கருக்குள் மண் அதிர்ந்து உதிர்கிறது. ஐந்துக்கும் மேற்பட்ட போர்விமானங்கள் மாறி மாறி குண்டுகளைப் போடுகின்றனவா? எனது வீட்டின் மீதே குண்டொன்று வீழ்ந்தது. முற்றத்தின் மரம் முறிந்து பறந்தது. வீடு வாழ்க்கையைப்போல எரிந்துகொண்டிருக்கிறது. இரவில் சாம்பலாகிப்பறக்கும் வீட்டை என்னால் பார்க்கமுடியாது. தென்னந்தோப்புகளில் தேங்காய்கள் வீழ்வதைப்போல அடுத்தடுத்து

குண்டுகள் வீழ்ந்துகொண்டேயிருக்கின்றன. நாம் குண்டுகளின் தோப்புக்களில் உயிரைப் பாதுகாக்க நிலங்களைத்தோண்டி வாழ்பவர்கள். மக்கள் கதறியழும் சத்தம் கேட்கிறது. யாரோ காயப்பட்டுவிட்டார்கள்,அது இயல்பானதோர் அவலவாழ்வின் சடங்கு.

நான் பங்கருக்குள் இருந்து எழும்பலாம் என நினைத்தேன். அதற்கு வாய்ப்பில்லை. ஆனால் மக்களின் அழுகுரல் இரவை பதற்றமாக்கியிருந்தன. முஸ்தபா அழத்தொடங்கியிருந்தாள். நான் அவளின் தலையத் தடவியபடியிருந்தேன். அவளிடம் மன்னிப்புக்கேட்க வேண்டும். அவளால் என்னை மன்னிக்கமுடியுமா? நானே வாழத்திக்கற்ற போதிலும் அதனைச் சேர்த்துக்கொண்ட குற்றம் மன்னிக்கஇயலுமானதா? போர்விமானங்கள் குண்டுகளை தொடர்ச்சியாக ஏன் வீசுகின்றன. கழுத்து நெரிக்கப்பட்ட மரணதண்டனைக் குற்றவாளியைப்போல நாம் அனைவரும் ஏன் துடித்துக்கொண்டேயிருக்கிறோம். மிக்–27 விமானங்களை இந்தியாதான் வழங்கியது என நான் கேள்விப்பட்டிருக்கிறேன். “முஸ்தபா உன் மூதாதையர்கள் வாலின் மூலம் இந்தத்தேசத்தை எரித்ததைப் போன்று இன்றும் வானிலிருந்து எரிக்கிறார்கள் என்று சிரித்தபடி சொன்னேன்.

குண்டுகள் சத்தமிட்ட பின்னர் சனங்கள் கதறும் நிலத்தில் ஏன் இரவு–பகல்? இரத்தம் சாவு என்று பூமியை இரண்டு காலங்களாக பிரிக்கவேண்டும். இரத்தமென்பது இரவு .சாவென்பது பகல். நாம் அதிமான நாட்கள் பகலிலேயே வாழ்ந்து கொண்டிருக்கிறோம். மக்கள் அழும்சத்தம் இன்னும் பெரிதாகக்கேட்கிறது. நான் பங்கரைவிட்டு வெளியே வந்தேன். முஸ்தபா எனது தோளில் ஏறியிருந்தான். சம்பலாகிக் கிடந்த என் வீட்டின் ஒரு கப்புமட்டும் எரிந்துகொண்டிருந்தது. பக்கத்து வீட்டில்நான்கு

பேர் பங்கருக்குள்ளேயே செத்துப்போயிருந்தார்கள். ஒரே குடும்பத்தில் அனைவரும். இது பெரிதாககொண்டாடப்படவேண்டிய விசயம். மக்கள் வேண்டிக்கொள்ளும் வேண்டுதல்களில் ஒன்று. குடுமபத்தில் யாரும் மிச்சமில்லாமல்,காயத்தோடு தப்பாமல் எல்லோரும் செத்துவிடவேண்டும் இது அவர்களின் வேண்டுதலாய் இருக்கும். சில வேண்டுதல்கள் சனங்களுக்கு நிறைவேறிவிடுகின்றன.

பங்கருக்குள் இருந்து அவர்களின் உடல்களை தூக்கினார்கள். இறந்து போன உடல்களின் கண்களில் அடுக்குகள் நிறைந்த களைப்பு உருப்பெருத்திருந்தது. புகைக்காடாகிப் போயிருந்த சுற்றத்தின் இரவு சிவப்பாய் எரிந்துகொண்டிருந்தது. மூன்று வீடுகளுக்கு மேல் எரிந்துபோயிருந்தன. வீடெரிதல். நாம் கைகளைக் கட்டி சர்க்கஸைப் பார்ப்பதைப்போல பார்த்துக்கொண்டிருந்தோம். இழப்புக்காக அழுவது மனச்சிதைவு. முஸ்தபா எரிந்துகொண்டிருக்கும் வீடுகளை என் தோளில் அமர்ந்திருந்து பார்த்துக்கொண்டிருந்தாள். மக்கள் மீது பீதிஅப்பிக்கிடந்தது. நான்கு பேரின் சாவு தவிர யாருக்கும் காயமல்ல. இரவின் ரத்தம் கன்றிய திட்டுக்களில் யூகிக்கமுடியாத எம் அடுத்த நிமிடங்கள் பற்றி கதைத்துக்கொண்டிருந்தோம். போர்விமானங்களின் தாக்குதலையடுத்து பக்கத்து முகாமிலிருந்து போராளிகள் வந்து மக்களுக்கு உதவினார்கள். இறந்து போனவர்களின் உடல்களை மருத்துவமனைக்கு தமது வாகனமொன்றில் தூக்கி ஏற்றினார்கள். போர்விமானங்கள் இப்படித் தாக்குதல் நிகழ்த்தியது அதிர்ச்சியாகவேயிருந்தது. தொடர்ச்சியாக 15 நிமிடங்களுக்கு மேலாக எத்தனை குண்டுகள்? இனியும் வரலாம் என எல்லோரின் உள்மனத்திலும் பெரும் அச்சம். நானும் நம்பினேன்.

போர்விமானங்களின் இந்த மூர்க்கம் அடங்கிவிடும் மூர்க்கம்போலல்ல. கொழும்பில்

எங்கேனும் கரும்புலிகள் வெடித்துவிட்டனரோ எனும் சிந்தனையுமெனக்கு. பின்னர் ஒருமறுப்பு நாம் கொல்லப்படுவதற்கு காரணங்கள் அவசியமில்லாதது. முள்ளுக்கம்பிகளால் இறுகக்கட்டப்பட்டு ரத்தத்தாலும் கண்ணீராலும் இருண்மையாக்கப்படும் இந்த வாழ்வை வாழும் எமக்கேன் சாவுக்கான காரணங்கள். நானும் முஸ்தபாவும் வீடு நோக்கி நடந்தோம். புகையெழும்பிப் பறக்கும் சாம்பல் மேட்டைப் போலிருந்தது வீடு. அழுகுரலோடு நடமாடிக்கொண்டிருக்கும் எத்தனையோ மனிதர்களைக் கடந்து சென்றுகொண்டேயிருக்கிறது இரவு. முஸ்தபாவை எனது தோளில் இருந்து கீழே இறக்கினேன். அவள் கண்களில், உடலில் துயரத்தின் கொம்புகள் கூர்மையாக முளைத்து நின்றன. அதைவிட துயரமான அமைதியை அது புறம்தள்ளியது. அந்த அமைதியை நானும் வெறுக்கிறேன். இரவின் சொரசொரப்பு எம் இரத்தத் தசைகளில் தோன்றுகிறது. எனக்கு மிக அருகே முஸ்தபா வந்துபடுத்துக்கொண்டாள். களைப்பும் அவலமும் எம்மிலிருந்து நழுவமறுக்கிறது. நான் அவளோடு முழித்திருந்தேன்.

உன்னை நான் இந்தநிலத்தில் சந்தித்தது குறித்துக்கவலை கொள்ளவில்லை, மகிழ்ச்சி அடைகிறேன். இது எனது தாயகம். நான் அலைக்கழிக்கப்படும் உயிரி. நான் பேசும்மொழியை பூமி தோன்றுவதற்கு முன்னானது என்று சொல்லுகிறார்கள். நான் அதைத்தான் உன்னோடும் பேசிக்கொண்டிருக்கிறேன்.

அவளோடு கண்ணீரொழுக கதைத்துக் கொண்டிருந்தேன்.

அதிர்ந்து பறந்தது நிலம். மண்துகள்கள் எழுந்து அடித்தன. சத்தம் எத்தனையோ இரவைப் பிளந்தது. வானில் இரைச்சலோடு உயிர் கிழித்துக்

கடந்தது போர்விமானம். முஸ்தபாபாவை ஒரு குழந்தையைப்போல என் நெஞ்சோடு அணைத்து மண்ணில் தவண்டபடியே பங்கருக்குள் போனேன். அவளின் காதிலிருந்து ஒரு நாளைப்போல இரத்தம் வரத்தொடங்கியது. இரத்தம் சுட்டது. என் மனத்தின் கொந்தளிப்பு குண்டுகள் பற்றியதல்ல. என்னைப் பற்றியது. நான் முஸ்தபாவை வதைக்கிறேன். இரவின் மீது குண்டுகள் விழுந்தபடியேயிருக்கின்றன. பங்கருக்கு மேலால் சிதறல்கள் பறக்கின்றன. என் கையிலிருந்து முஸ்தபா உதறித் தனித்தாள்.

பங்கரை விட்டு வெளியே ஓடிய முஸ்தபாவை அழைத்தேன். பங்கர் வாசலுக்கு வெளியே இருந்து என்னைப் பார்த்தாள். அந்தப்பார்வையில் மரணத்திற்கான விசும்பல் இருக்கவில்லை. நான் உள்ளே வா என்று கெஞ்சினேன். கையெடுத்துக் கும்பிட்டேன். அந்தக் கணத்தில் என்னை அவள் பிரிய முடிவெடுத்திருந்தாள். காதில் இரத்தம் கசியக் கசிய நடந்து சென்று முதல் கிபிர் அடியில் விழுந்துகிடந்த மரத்தோடு இரவை நிமிர்ந்து பார்த்தாள். இரவு எஞ்சும் நட்சத்திரங்களை வானத்தில் வைத்திருந்தது. நான் பங்கருக்கு வெளியேவந்து முஸ்தபாவை பிடித்துவிட எண்ணினேன். அதற்குள் அடுத்த குண்டு வீழ்ந்துவெடித்தது. முஸ்தபாவின் உடலிலிருந்து இரத்தம் தளராமால் வெளிவந்துகொண்டிருந்தது. நான் மண்ணோடு மண்ணாக தவண்டபடி முஸ்தபாவின் அருகில் வந்தேன். முஸ்தபா தனது கண்களால் என்னைப் பார்த்துச் சத்தமிட்டாள். நான் உருவிழந்து கண்ணீரால் கரையும் ஜீவனாய் இருந்தேன். இரத்தம் பெருகியோடும் முஸ்தபாபை தூக்கி முத்தமிட்டேன். அவள் துடித்துக்கொண்டேயிருந்தாள். என் உயிர் துடித்தால் நான் அதைக்கொல்வேன். அன்பின் முஸ்தபா நீ என் உயிர்!

கைத்துப்பாக்கி ஒரு சன்னத்தை வெளியே தள்ளியது. ரத்தம் இரவை எழும்பிமுட்டியது.

முஸ்தபா என்பவளை நான் கொல்கிறபொழுது என் கையில் கைத்துப்பாக்கியும் கழுத்தில் சயனைட்டும் இருந்தன. பின்னரொரு காலத்தில் நான் முஸ்தபாவாக துடித்தபொழுதில் எனது கைத்துப்பாக்கி எதிரிகளிடமிருந்தது. முஸ்தபாவின் வாலைப்போலவே மிக அளவான ஒரு காலத்தில் நாம் எல்லோரும் துடிதுடித்தது முஸ்தபாவுக்கு தெரியாமல் போய்விட்டது. எங்களிடமும் இப்போது மரமும் இல்லை, கிளைகளும் இல்லை. உயிருமில்லை. முஸ்தபா! நீ சாபமிடும் ஜீவனில்லை என்பதை நானறிவேன்.

பிரேதங்கள் களைத்து அழுகின்றன

அவளின் முதுகு வேர்த்திருந்தது. பொழுதுவிடிந்து விடும் வேகத்தோடு பட்சிகள் கத்துகின்றன. எதுவுமற்ற வார்த்தையின் மீதிருந்து துளித்துளியாய் உலரும் ஒலியைப்போல முதுகின் வியர்வை கரைந்தது. படுக்கை விரிப்பின் மேலே ஆடைகள் பரபரப்பாகி களைப்படைந்து கிடந்தன. அறிகுறிகள் எதுவுமற்று அவளின் ஒரு சாண் முகத்திலிருந்து மழையின் இழை நூலோடத் தொடங்கியிருந்தது. பருவங்களைக் கடந்தும் அழகுற்று பூக்கும் மர்மவாசனைக்குரிய பூவைப் போலே கவிழ்ந்து படுத்திருந்த தூயவளின் மனசுக்குள் அசையாது நின்றது ஏகாந்தம். கிழக்குத் திசையிலிருந்து வெளிச்சம் பற்றி எரிந்து அறைக்குள்ளும் விடிந்து விட்டது. காற்றசைவுடன் கூடிய விடிகாலை சாளரங்கள் வழி இருவரிலும் நிறைந்தது. கீரன் படுக்கையிலிருந்து எழுந்தான். தூயவள் நிமிர்ந்துபடுத்தாள். அவளின் முதுக்கு கீழே ஆடைகள் கிடந்தன.

எழும்பும் தேத்தண்ணி வைக்கிறன் தூயா.

தூயவளை தூயா என்று செல்லமாகக் கூப்பிடும் கீரனை அவள் கீரா என்றும் கீரி என்றும் செல்லமாக அழைப்பாள். இன்றைக்கு விடியும் முன்னர் வரை அவனைக் கீரியாக அழைத்த தூயவளின் குரல் அறைச் சுவர்களின் மீது குவிந்திருக்கிறது. படுக்கையில் கிடந்தபடிக்கு மஞ்சள் போர்வையை எடுத்து தன்னுடலை மூடி நெளிந்தாள். அது சாரைப்பாம்பின் பிணைவுநேர நெளிவு.

கீரா நான் முகம் கழுவியிட்டு தேத்தண்ணி குடிக்கிறன். எனக்கு இப்ப ஊத்தவேண்டாம்.

"நான் ஊத்திட்டேன். நீர் எழும்பி முகத்தைக் கழுவும். முதலில சட்டையைப் போடும் தூயவளே" குசினியில் இருந்து மெதுவாகச் சொன்னான்.

அவள் மஞ்சள் போர்வைக்குள் சிவந்தாள். நீங்கள்தான் கழட்டினிதென்று நினைவிருக்கோ கீரா என்று கேட்டாள்.

ஓமோம். அதற்காக வந்து போட்டு விடமுடியாது.

போடா கீரி. முகம் கழுவிட்டு வாறன்

போர்வையை விலக்கி ஆடைகளை அணிந்தாள். அழகைச் செல்லரித்ததுபோல ஆடைகள் அவளை வேகமாகப் பற்றியது. படுக்கையறையில் இருந்த நீளக்கண்ணாடியில் தன்னைப் பார்த்தாள். சூல்கொண்ட மேகத்தைப்போல புன்னகைத்து பொறுமையற்ற இளந்தென்றலாய் நகர்ந்தாள்.

கீரன் தேத்தண்ணியோடு அறைக்குள் வந்திருந்தான். அறைக்குள் வந்த தூயவள் நீர்பட்டும் பூத்திருந்தாள். காலையெல்லாம் பரவும் கிளர்ச்சியின் ஒளி அவளின் கண்களிலிருந்து விளையாடியது. அதுதான் திருவிளையாடல். உலகீன்ற மிகச் சிறிதான அவளின் கால்விரல்களை நெட்டி முறித்தான். அவள் தன் கால்களை நீட்டியபடி தேத்தண்ணியைக் குடித்தாள். தெய்வத்தின் திருவடியை தொட்டு வணங்கும் பக்தனைப் போலே அவளது கால்விரல்களை இதயத்திலிருந்து முத்தமிட்டான். தூயவள் ஒரு சித்திரந்தான். ஆனால் அசைந்தாள். வளையும் குறுகிய சாலைகளைப்போல நெளிந்தாள். நெருங்கிவரும் மூச்சின் அனல் ஒரு முனகலில் உருகியது.

காணுமடா கீரி. டேய்...

கிறக்கத்தின் குரலில் சொன்னாள். கீரன் அவளின் மேலிருந்து எழுந்தான். பழவியாபாரியின் இனாமைப்போலவே கீரனும் முத்தங்களைக் கையாளுபவன். அவளின் இதழ்கள் சிவந்து ஈரமாகியிருந்தது. நித்திய மழையைப் போலிருந்தாள்.

எனக்கு தேத்தண்ணி வேணும் கீரா. போட்டுத் தாங்கோவன்.

ஓம், கொஞ்ச நேரம் கழியட்டும். நான் யாழ்ப்பாணத்துக்கு வெளிக்கிடவேணும். போய்ட்டு பின்நேரத்துக்குள்ள வந்திடுவேன். தண்ணி அள்ளி நிரப்பி வைச்சிட்டு போறேன். நீர் உமக்கு மட்டும் அளவாய்ச் சமையும் என்றான் கீரா.

தூயவள் தலையாட்டினாள். முகம் தீவிரமாக இருந்தது. வெளிநாட்டில இருந்து வந்தவை எங்களுக்கு உதவி செய்வினம் எண்டு நாங்கள் நினைக்கிறதைப்போல எங்களுக்கு உதவி செய்யவேணுமெண்டுகூட அவையள் நினைக்கிறதில்லை கீரா. எங்களின் காயங்களும் ரத்தங்களும் அவர்களின் இதயங்களில் இருந்து அகன்றுவிட்டது. அவர்கள் சுற்றுலாவுக்குத்தான் நாட்டுக்கே வருகிறார்கள் என்று சொன்னபோது அந்த அறைக்குள் வெளிச்சம் வரவில்லை.

தூயவள் சொன்னது சரியானதுவே. ஏழ்மையில் மூழ்கி தெருவில் அலைந்து திரிபவர்களாய் காலம் ஆக்கிய போராளிகளை வெளிநாட்டில் இருந்து வருகிற சனங்களில் சிலர் விநோதமாய் பார்த்துக் கடந்து செல்வது கீரனுக்கே நிகழ்ந்ததுதான். அந்தக் காட்சி மிக மோசமானது. நேற்றைக்கு தெய்வங்களாய் வழிபட்ட சிலைகளை இன்றைக்கு கால்களால் தட்டிவிட்டு செல்வதைப்போலான காட்சி. காட்சி புனிதச்சொல்லெனில் இதனை அகாட்சி என்றுதான் அழைக்கவேண்டும். வலிக்கு ரகசியமில்லை, அது

தன்னை எல்லோரிடமும் ஏதோவொரு வகையில் பிரகடனப்படுத்திவிடும். வலியில் முகம் கொள்ளும் இருண்மைதான் அதனளவில் பிரகாசம். கீரன் அன்றைக்கே அந்த அகாட்சியை தூயவளிடம் சொன்னான். கேட்டதும் அவள் மரத்துப்போனாள். அவளுக்குள் நிரம்பிய கண்ணீர் கரிய மேகமாகியது.

நஞ்சணிந்தோம், சண்டை செய்தோம், காயப்பட்டோம், சாகத்துணிந்தோம் எல்லாம் ரம்மியமான நிலைகள். நாட்டுக்கு விடுதலையைப் பெறுவதில் தானே எம் வாழ்க்கையை சுழற்றிக் கழித்தோம். அதன் பின்னும் இருண்ட அறைகளும் துன்பங்களும் விசாரணைகளும். எல்லோருக்குமானவர்களாய் இருந்த நாங்கள் இன்றைக்கு யாருக்குமற்றவர்களாகிவிட்டோம் கீரா என்று தூயவள் சொன்ன பொழுது பூமியில் நிசப்தம் நிலவியதைப்போல அறையிலும் கூடியது.

எட்டு மணியாகிட்டுது தூயா. குளிச்சு வெளிக்கிட சரியாய் இருக்கும். தேத்தண்ணி ஊத்தி தாறன்.

நீங்கள் குளியுங்கோ, நான் ஊத்திறன். கீரா காலையில பெஞ்சாதி ஊத்தித்தருகிற தேத்தண்ணியில மகோன்னதமான ருசி இருக்கு எண்டு உங்களுக்கு தெரியாதா?

ஒரு இமை அசைவில் தெரியும் என்றான்.

கீரனும் தூயவளும் போராளிகளாய் இருந்தவர்கள். இயக்கத்திலிருக்கும்போது சந்தித்திராத இருவரும் முதலில் சந்தித்ததுவே தடுப்புமுகாமில் உள்ள சந்திப்புக் கொட்டிலில்தான். கீரன் போராளியாக இருந்த போதிலும் இராணுவத்திடம் சரணடைய வில்லை. அவனுட்பட அவனுடைய இரண்டு அக்காமார்களும் அண்ணன் ஒருவரும் இயக்கத்தில் இருந்தார்கள். கீரனுடைய அண்ணா ஓயாத அலைகள் நடவடிக்கையில் வீரச்சாவு. இரண்டு அக்காக்களும் இயக்கத்தின் முக்கிய பொறுப்புக்களில்

இருந்தார்கள். ஆனால் இன்றைக்கு மிஞ்சி இருப்பது கீரனின் ஒரு அக்காதான். மற்ற அக்காவுக்கு என்ன நடந்தது என்று தெரியவில்லை. முள்ளிவாய்க்கால் சண்டையில் மகளிர் தாக்குதல் அணியை வைத்து வழிநடத்திய கொற்றவை அக்கா தன்னைத்தான் குண்டோடு அணைத்திருப்பாள் என கீரன் நம்புகிறான். தடுப்பு முகாமில் இருந்த இரண்டாவது அக்கா இராணுவத்திடம் சரணடைந்தவள். அவள் அரசியல்துறையின் மூத்த போராளி. நாமகள். அவள் எல்லோருக்கும் அறிமுகமானவள். கீரன் வெளியில் அறிமுகமில்லாத போராளியாக இருந்ததினால் தப்பியிருந்தான். இயக்கம் இருந்த காலகட்டத்திலேயே ஊரிலேயே அவன் வெளிநாட்டில் இருப்பதாகதான் சொல்லப்பட்டிருந்தது. நாமகள் அக்காவை அவன் தேடாத தடுப்பு முகாமில்லை. கடைசியாக அவன் நாமகள் அக்கா ஒரு தடுப்பு முகாமில் இருக்கிறாள் என கண்டுபிடிக்கவே பல ஆயிரம் காசுகளை செலவு செய்திருந்தான். நாமகள் அக்காவை முதல்முறையாக சந்திக்க சென்ற நேரத்தில் அவளோடுதான் தூயவளும் வந்திருந்தாள். நாமகள் அக்காவின் அறைத் தோழியாக அப்போதிருந்தாள். இரண்டு கைகளும் இல்லாமலிருந்தாள்.

அவளின் கைகள் முழங்கையிலேயே முடிந்திருந்தது. இதயம் படபடத்து சட்டென நின்று பின்னர் துடித்தது. கீரனுக்குள் கடைசி மூச்சு மன்றாடிய சத்தம். அவளின் இல்லாத ஒவ்வொரு விரல்களிலும் துயர நகங்கள் பல்லாயிரம். இரு கையிழந்த துன்பம். கண்ணீர் விட்டழுதால்கூட துடைக்கஏலாத வாதை.

நான் உங்களை கலியாணம் செய்ய ஆசைப் படுகிறேன். இஞ்சயிருந்து உங்களை விடும்வரை நான் காத்திருக்கிறன் தூயவள். விருப்பமெண்டால் அக்காவிட்ட சொல்லுங்கோ என்று திடீரென கண்கள் தளும்பி சொல்லி முடித்தான். அடிக்கும் வெய்யிலில் தும்பிகள் பறந்து மின்னின. நாமகள்

அகரமுதல்வன் ❖ 77

அக்கா புதிய நிறத்தில் புன்னகைத்தாள். தூயவள் குழம்பியிருந்தாள். அடர்த்தியான காலத்தில் அசையும் ஓரிலையைப்போல அவளின் முகம் துடித்தது. கூறுவதற்குள் தொண்டை அடைத்திருந்தது. சாம்பல் மேட்டில் படரும் பூசணிக் கொடிக்கு நிலம் விரிந்ததைப்போலவிருந்தது கீரனின் கலியாண அறிவித்தல். ததும்பும் அன்போடு தூயவளைப் பார்த்துக்கொண்டேயிருந்தான்.

என்ன தூயா என்று நாமகள் அக்கா கேட்டாள்.

அவள் நாமகள் அக்காவின் அருகிலேயே இருந்தாள். இறுக்கம் தளர்த்த மனதுக்குள் எதையெல்லாம் செய்து பார்த்தாள். பிறவி ஊமை பேசத்துணிவதைப்போல வியர்த்திருந்தாள். எந்தத் திக்கிலிருந்து தோன்றிய வெளிச்சமிது என்று வினவுமளவுக்கு சாதுவாக புன்னகைத்து நாமகள் அக்காவைத் தன் கைகளின் மிச்சத்தால் தொட்டுச் சொன்னாள்.

நன்றி.

கீரன் அடியாழத்தில் இருந்து குத்தென நீந்தி வானைப் பார்த்த மீனைப்போல உடலெங்கும் மகிழ்ந்தான். தன் இரண்டு கைகளுக்குள்ளும் அவளின் லி வடிவக் கைகளின் மிச்சத்தை பிடித்து நன்றி தூயா என்றான். இருகை சேர்த்து கும்பிட்டான். கதறி அழவேண்டுமென்கிற உக்கிரத்தை அடக்கினான்.

கையில்லை எனும் கொடூர அடையாளத்தையும் இழப்பையும் கையுள்ளவர்களால் புரிந்துகொள்ள இயலாது. காற்று உலரச் செய்யும் மீன்களின் ஈரத்தைப்போலல்ல எங்கட கண்ணீர். எப்போதும் உலராத நீதியின் திரவம் எங்களின் கண்ணீர். நாம் கண்ணீரில் வாழப்பழகி இப்போது நீந்தவும் தொடங்கிவிட்டோம் அக்கா என்றான். தூயவள் கனிந்து பெருகும் முகத்தின் தத்தளிப்பில் அதை ஆமோதித்தாள். சந்திப்புக்கொட்டிலில்

இவர்களுக்கான நேரம் முடிந்து விட்டதாய் சிப்பாய் ஒருவன் வந்து சொன்ன பொழுது நாமகள் அக்கா எழுந்துவிட்டாள். தூயவள் எழுந்து சற்றுத் தள்ளி நின்றாள்.

இஞ்ச வாரும் தூயா, கீரன் கூப்பிட்டான்.

அவள் நாமகள் அக்காவின் பக்கத்தில் வந்து நின்றாள். அங்குமிங்குமாய் உருளும் சிட்டுக்குருவியின் கண்களை நினைவுபடுத்திய தூயவளின் கண்கள் முழுக்க வழிந்து விழமுடியாதபடிக்கு கீரன் நிறைந்து நின்றான். ரத்தத்தின் கரையில் தாபங்கள் கற்றாழைகளைப்போல முளைக்கத்தொடங்கியது.

நாமகள் அக்காவிடம் கீரன் பத்தாயிரம் ரூபாய் காசைக் குடுத்தான். இரண்டாயிரம் காணும் இஞ்ச கனக்க காசு வைச்சிருக்க ஏலாது. பொலிஸ் பெட்டையள் பறிச்சுப்போடுவாளவேயடா தம்பி. நீ அடுத்த தடவை வருகிற வரைக்கும் இது காணும். அவன் தூயாவின் கைகளில் காசைக் கொடுக்க எண்ணினான். எப்படி அதனை அவள் பற்றுவாள். வேண்டாமென உள்ளுக்குள் யோசித்து விட்டு அக்காவிடமே குடுத்தான். தூயாவோட செலவுக்கு ஐயாயிரம் இருக்கு. அறையிலகொண்டு போய் தூயாவிட்ட குடு.

தூயா அறைக்கும் போனதும் மச்சாளிட்ட காசை வாங்கிப்போடும் என்று புன்னகைத்துச் சொன்னான். அது மிதந்தலையும் துயரத்தட்டின் மீது இருந்து சொர்ப்பனத்தில் சஞ்சரிப்பதைப்போலானது. அவன் நக்கலாகச் சொன்னான். மூவரும் தங்கநிறத்தில் சிரித்தார்கள். சிப்பாய் அடுத்த தடவை வருவதற்கு முன்னர் போய்விடவேண்டுமென கீரன் நினைத்தாலும் கதைத்துக்கொண்டிருக்க வேண்டுமென்றே ஆசைபெருகியது. தூயவள் மவுனமுற்று இருந்தாள். நாமகள் அக்கா கீரனைக் கொஞ்சி அணைத்து ஊன்றுகோலற்ற ஊனங்களாகி

விட்டோமேடா தம்பி என்று அழுதாள். கீரன் இறுதிப் பாடலில் எழும் சோகக் குறிப்பாய் நின்றிருந்தான். நாமகள் அக்காவை தூயவள் ஆறுதல்படுத்தினாள்.

அதைப் பற்றி யோசியாதே, முதலில இங்க இருந்து வெளியில விடுதலையாகி வாங்கோ. அதற்கு பிறகு அதைப்பற்றி யோசித்து கவலைப்படுவம் என்றான் கீரன்.

நாமகள் அக்காவைச் சந்திக்கமுடியுமென்று அவன் எண்ணியது கிடையாது. ஆனால் அவன் களைப்படையாமல் தேடினான். மே 16ம் திகதி வரை நாமகள் அக்கா உயிரோடு இருந்ததாக அறிந்த நாளிலிருந்து கீரன் தேடத்தொடங்கிய பயணம் அளவில்லாத அலைச்சலைத் தந்தது. புயற்காற்றின் அறிகுறி தெரியும் நாளில் பாய்க்கப்பலில் செல்லும் கடற்பயணத்தின் அச்சமது. செல்லும் தடுப்புமுகாம் எல்லாவற்றிலும் விசாரணைக்கு உள்ளாகும் கீரனின் மீது சி.ஐ.டியினரின் பார்வை பதிந்திருந்தது. ஆனால் அவன் அதற்கு அஞ்சியதில்லை. எது நேர்ந்தாலும் சந்திக்கத்தயாராகவிருக்கும் ஒருவனை அச்சுறுத்த இந்தப் பூமியில் எதுவுமில்லை.

அவன் நாமகள் அக்காவைச் சந்தித்துவிட்டு வவுனியாவில் உள்ள சாப்பாட்டுக் கடையொன்றில் மதிய உணவைச் சாப்பிட்டான். இழந்ததைப் பெற்ற பின்பு உடலில் பெருக்கமாகும் நிம்மதி அவனை பசியாக அடைந்தது. ஆச்சரியமான பசி அவனுக்கே புதிதாயிருந்தது. வவுனியா பேருந்து நிலையத்தில் மிஞ்சியிருக்கும் மானுடத்தை அரித்துண்ணும் புழு மகிந்த ராஜபக்சவின் பதாகைகள் எங்கும் நிமிர்ந்து நின்றது. மக்கள் முகங்களில் இரத்தவெக்கை. புதர் மூடி மறைந்த கல்லறைகளைப்போல இருண்டிருந்தார்கள். ஆயுதம் ஏந்திய இராணுவத்தினர் வீதி நெடுகவும் நடந்தபடியே இருந்தார்கள். வெள்ளை வான்கள் தாறுமாறாக ஓடித்திரிந்தன. மக்களின் கண்கள்

இமைகளை மூடாமல் நடுங்கிக்கொண்டேயிருந்ததை கீரனால் உணரமுடிந்தது. கீரன் பேருந்திலேறினான்.

ஆனந்தம் பலவாய் புதிதாகி இறங்கிய தூயவளின் மனத்துடிப்பு அறையில் சுழன்றுகொண்டிருந்தது. அவளின் கால்களில் சலங்கை ஒலிக்கும் சத்தம். வைகறையின் கீதத்தை நகலெடுத்ததைப்போல சலசலத்து ஒளிர்ந்தாள். சிறையறையின் ஜன்னல்கள் திறந்து சிறகு முளைத்துப்பறக்கும் தேவலோகப் பறவைபோல தன்னை நினைத்து வெட்கித்தாள். தனது இதயத்தின் நித்திய லப்டப் சத்தத்தில் கீரன் எனும் இரத்தத்தை ஏற்றினாள். அறையின் இருட்டில் ஏற்றப்பட்ட தீபத்தைக் கீரனாய் எண்ணினாள். ஒளிந்திருந்த மழையின் ஓசையைப்போல உள்ளூர நனைந்தாள். கடவுளைச் சந்தித்த இதத்தோடு நீண்ட மாதங்களுக்குப் பிறகு பகலில் நித்திரைகொண்டாள். நித்திரையிலும் வெட்கித்து சிவந்திருந்த தூயவளின் முகத்தைப் பார்த்து நாமகளுக்குள் துயரத்தின் தளைகள் முறிந்து இன்பம் தூய்மையானது. அவள் சாய்ந்திருந்த சுவரில் கண்ணீர் வற்றிய கண்கள்.

கீரனும் தூயவளும் கடிதங்கள் வாயிலாகவும் தொடர்பைக்கொண்டிருந்தார்கள். அக்காவுக்கு கடிதம் அனுப்பும் தடவைகளில் அவளுக்கும் சேர்த்து அனுப்பினான். காலங்கள் மண்டிய இருளில் நாட்கள் கடந்தன. தூயவளுக்கு விடுதலை அறிவிப்பு வந்திருப்பதாகவும் தனக்கு வரவில்லை என்றும் நாமகள் அக்கா கடிதம் அனுப்பியிருந்தாள். நாமகள் அக்கா தனது விடுதலையை மிகவேகமாக நம்பவில்லை. அவளுக்கு தனது விடுதலை குறித்து சந்தேகமே நிரம்பியிருந்தது. திரும்பவியலாத பாதைகளைக் கனவில் நடந்து களைப்பாறும் ஒரு வினோத பழக்கத்திற்கு நாமகள் அக்கா மாறியிருந்தாள். தனது கால்களைத் தொட்டுக் கும்பிட்டு விம்மி விம்மி அழுத தூயவளை நாமகள் அக்கா ஆறுதல்படுத்தினாள்.

அகரமுதல்வன் ❖ 81

அழாதே தூயா. வெளியில போய் கலியாணம் செய்து சந்தோசமாய் இரு. என்னை அத்தையென்று கூப்பிட ஒரு பிள்ளையை வேகமாய் பெத்துப் போடு சொல்லிட்டன் என்றாள்.

தூயவள் துயருக்குள் இருந்து மீளும் ஒரு துயரத்தை கண்ணீரில் சொல்லி முடித்தாள். அடுத்த நாள் காலையில் தூயவள் விடுதலை செய்திருந்த பொழுது கீரன் பொறுப்பேற்றுக்கொண்டான். தன்னைக் கணவன் என்று சொல்லிக் கையெழுத்து இட்டான். நம் கையெழுத்தும் தலையெழுத்தும் இராணுவத்தின் கையேடுகளில் ஒழுங்கு செய்யப்பட்டிருக்கிறது. கீரனும் தூயவளும் சேர்ந்து வாழத்தொடங்கி இன்றோடு இரண்டு வருடங்கள் பூர்த்தியாகின்றன.

கீரன் தூயவளை முத்தமிட்டு யாழ்ப்பாணத்துக்கு பேருந்தில் ஏறிக்கொண்டான். நாமகள் அக்கா விடுதலை செய்யப்பட்டு முல்லைத்தீவில் கலியாணம் செய்திருக்கிறாள். அவளின் கணவர் அவள் பிரிவில் இயக்கத்தில் இருந்தவரே. வலது பக்க கண்ணும் வலது கையும் வலது காலும் இல்லாதவர். கடைசி நேரத்தில் காயப்பட்டவர். நாமகள் அக்கா குடும்பத்துக்கும் சேர்த்து உழைக்கவேண்டிய பொறுப்பில் கீரன் இருந்தான். இரண்டு வீடுகளின் விளக்குகளுக்கும் கீரனே எண்ணையாய் தீர்ந்தான். இன்றைக்கு யாழ்ப்பாணம் செல்லுவதே வெளிநாட்டில் இருந்து வந்தவர்கள் உதவி செய்வதாக கூறி அழைத்ததினால்தான். தூயவளுக்கு அதில் விருப்பமில்லை. கீரனுக்குமேதான். ஆனால் ஒன்றும் செய்யமுடியாத கண்ணியமற்ற துயரத்தில் வாழ்க்கை முட்டிநிற்கிறது.

நாமகள் அக்காவுக்கு அடிக்கடி காய்ச்சலும் உடற்சோர்வும் ஏற்பட்டு கிட்டத்தட்ட உடம்பிலிருந்து எலும்புகள் தெரியத் தொடங்கிவிட்டன. ஆஸ்பத்திரிக்கு கூட்டிச் சென்று காட்டும் போதெல்லாம் சும்மா காய்ச்சல்தான் என

மருந்துகொடுத்து விடுவார்கள். ஒரு கட்டத்தில் தூயவளும் கீரனும் நாமகளை யாழ்ப்பாண ஆஸ்பத்திரிக்கு கூட்டிச் சென்றார்கள். எந்த பிரார்த்தனைகளும் எடுபடாத குரல்களோடு கூடியிருக்கும் மனிதர்களை ஆஸ்பத்திரி தாங்கியிருந்தது. யாழ்ப்பாண ஆஸ்பத்திரியில் சோதிச்சு பார்த்து இரண்டு நாட்கள் அங்கேயே நிப்பாட்டி விட்டார்கள். அதன் பிறகு நாமகள் அக்காவுக்கு புற்றுநோய் என்று மருத்துவர் ஒருவர் சுற்றி வளைத்துச் சொன்ன பொழுது கீரனின் உயிர் களைத்திருந்தது. பறிக்கப்படும் உயிர்களுக்காகவே பூமி சுழல்கிறது. தூயவள் திகைக்கவில்லை. துயரின் சாக்கடையில் நெளியும் ஒரு பாம்புபோல சீறினாள். ஆஸ்பத்திரி கை விரித்துவிட்டது. நாமகள் அக்காவை வீட்டுக்கு கூட்டிச் செல்லும்படி சொல்லி விட்டார்கள். உறைந்தது இரத்தத்தின் ஓட்டம். தவிக்கின்ற திசை முழுதும் எழும்பி மூடும் புழுதிப்படலத்தை வெறித்தனமாய் கடக்கவேண்டியிருக்கிறது கீரனுக்கு. அவன் பேருந்தில் போய்க்கொண்டிருக்கிறான். அக்காளின் மருத்துவச் செலவுக்கு பேரோலத்துடன் இரைகிறது அவன் போகும் பேருந்து.

தூயவளிடம் இருந்து அழைப்பு.

சொல்லும்.

அழுகிறாள். தூயாவின் அழுகைக் குரலை மரணம் நசுக்கிறது.

என்ன தூயா?

அக்கா....

கீரன் பேருந்தில் சிதறினான். அய்யோ என்று கதறினான்.

தூயவள் அய்யோ கீரா!

அத்தானும் அக்காவும் கிணத்துக்குள்ள விழுந்து ஒன்றாய் செத்துப் போட்டினமாம் என்று சொல்லி

அகரமுதல்வன் ❖ 83

மரணத்தின் ஆழத்தை வலிந்து பறித்து அழுதாள்.

சாவு மட்டுமே எம்மிடமிருந்து திரும்ப மறுக்கிறது கீரா என்றாள்.

இன்னுமின்னும் அடர்த்தியாய் துவக்குளற்ற தலைவனற்ற போராளிகளை மரணம் துணிச்சலாய்த் துவைக்கிறது. அவன் ஓடும் பேருந்தை நிறுத்தச் சொல்லி இடையில் இறங்கினான். அவன் அடி வயிற்றில் சுடுகாட்டுப் புழுதி எழும்பிப்பறந்தது. அவன் நடந்து போகிறான். பலிபெருகி விரியும் இந்தக் காலத்தைப்போல வீடு வந்து இன்னும் சேரவில்லை. மரணத்தின் உயிருக்கு பசிக்கிற போதெல்லாம் அது ஒன்றுமேயில்லாதவர்களைத் தின்னத்தொடங்குகிறது. மேகம் கலைந்து கழிந்துகொண்டிருந்தது. கீரன் நடந்துகொண்டிருக்கிறான். வீதியிலல்ல மரணத்தில்.

பிட்டுப் பூசை

மார்கழியின் அதிகாலை தவங்கள் நிரம்பியவை. காதில் ஊடுருவிக் குத்தும் பனிமூட்டம். பிரபஞ் சத்தின் ஓசை புரண்டு காற்றில் மிதக்கும். பிரகாரத்தின் ஒளியைப்போலவே திருவெம்பாவைப் பாடல்களை ஊருலாவில் ஓதுகிற ஆழியனின் குரல் மஞ்சள் பூசிக் குளித்த வடிவுக்கானது. சங்கின் ஒலியில் சுகந்தம் பெருகிய மறுகணம் அதிகாலையின் பூக்கள் மலரும். அழிவற்ற சுடரின் நகலைப்போல ஆழியன் "ஆதியும் அந்தமும் இல்லா" என்று பாடத் தொடங்க ஊரை நோக்கி நடப்பது அமோகமான பக்தியின் பொலிவு.

பெட்ரோல் மாக்ஸ்சை தூக்கியபடியே நடக்கும் எல்லாளன் சிவபக்தியில் உக்ர லயமானவன். ஊருலா செல்லும் கூட்டத்தில் பெரியவராக இருக்கும் வேலுப்பிள்ளை அய்யாவின் நடை மிக மெதுவானது. அவரின் கைகளில் இருக்கும் தாளம் ராகங்களைப் பழிவாங்கும். தான் எப்படித் தாளத்தைப் பிழையாகப் போட்டாலும் நடராஜர் ஆடிவிடுவார் எனச் சொல்லுவதுதான் அவருக்கு முக்தி. வீடுகள் நிரம்பிக் கிடக்கும் வீதிகளில், ஒழுங்கைகளில் எல்லாம் சங்கொலி ஏறி முழங்கும். சேமக்கலத்தை நெளித்து விடுவதைப்போல மூச்சைப் பிடித்து அடிக்கும் தூயவனின் முகம் அதிகாலைப்பனிக்கு நெருப்பு.

வீடுகளின் கதவுகளைத் திறந்து சனங்கள் உண்டியல்களில் நாணயங்களைப் போட்டு திருநீற்றை எடுத்துப் பூசும் வேளையில் விடிகாலையின் மேகம்

திருநீறோடு பரவும். ஒன்பது நாட்களுக்கும் ஒவ்வொரு வீடுகளில் அவித்த உணவுகளை சமைத்து தருகிற தாய்மாரின் முகங்களில் பக்தி திலகமிட்டிருக்கும்.

மிகக் கடுமையான குரலில் வேலுப்பிள்ளை அய்யா ஒரு பாடலைப் பாடுவார். தாளம் ஆளொழிக்கும் வகையில் அதிரும். திருவெம்பாவை நாட்களில் ஊரின் தெருக்கள் அய்யாவின் பாடலால் சோம்பல் முறிக்கும். ஊருலா வருகிற திருவெம்பாவைக் குழுவினருக்கு ஒரே நாள் காலையில் ஐந்து வீடுகளில்கூட அவித்த உணவுகளை உபயமிடுவார்கள். தூயவனுக்கு அவித்த கடலை சிவதரிசனம். பருக்கள் நிரம்பிய இளம்பெண்ணொருத்தி தனது கைவிரல்களை முகத்திலேயே வைத்து கிள்ளிக்கொண்டிருப்பதைப்போல தூயவன் கடலையை வாயில் போட்டுக்கொண்டே இருப்பான். எல்லாளன் விரதம், சாப்பிடுவதே கிடையாது. ஆழியனைப் பொறுத்தளவில் விரதம் ஒரு கெட்டபழக்கம். காலையின் இருள் அதிரும் வண்ணம் கோவில் வாசலுக்கு வந்து சங்கும்,சேமக்கலமும்,திருச்சிற்றம்பலமும் அதிர பூமி தீயில் எரிவதைப்போல வெளிச்சமாகிவிடும். ஆழியன் தனது கைகளைத் தலைக்கு மேல் வைத்துக் கூப்பி கோவிலின் முன்னே விழுந்து வணங்கி எழும்ப நீலவானத்தில் கதையாடல்கள் நிகழ்வதைப்போல பறவைகள் ஏகாந்தமாய் பறந்தது.

ஆழியனின் உள்ளத்தில் சொல்லிவிடமுடியாத கவலைகள் பொருமியிருந்தன. இயக்கம் மன்னாரில் இருந்து பின்வாங்குவதில் அச்சம் கொண்டிருந்தான். அலைக்கழிக்கப்படும் விதியின் கால்கள் தன் மக்களிடம்தான் இருப்பதாக உறுதியாக்கிக் கொண்டான். ஆறுதலுக்கு யாருமேயில்லாத சாவு வீட்டின் குழந்தையைப்போலவே ஆழியனின் கண்கள் கலங்கியிருந்தது. மனதின் துயர் காலைத் தொடுகிறது, நடை தளர்வதை அவன் அறியவில்லை. நேராக

நடந்து குழலியிடம் போனான். அந்தகாரம் தேங்கி நின்ற வளவில் பொன்வண்டு பறப்பதைப்போல ஆழியனைக் கண்ட குழலி வேகமாக அவனிடம் ஓடி வந்தாள்.

வாங்கோ... என்ன காலமை வெள்ளனவா நினைப்பு?

எனக்கொரு தேத்தண்ணி தருவீரா?

குழலி கேட்டதற்கு பதில் இல்லை. ஆழியன் தேத்தண்ணி கேட்டான். குழலிக்கு கம்பீரம். நிரம்பிப் பூக்கும் பூஞ்சோலையின் கம்பீரத்தோடு சமையலறைக்குள் சென்று தண்ணீரை வைத்து அடுப்பை ஊதினாள். வீட்டின் விறாந்தையில் இருந்தபடியே அடுப்பை ஊதும் குழலியைப் பார்த்துக்கொண்டிருந்தான். கொட்டித் தீர்த்த மழைக்கு பின்னர் வெயில் படுவதைப்போலவிருந்தது அவனுக்கு. சில்லிட்ட கண்கள்கொண்ட குழலியிடமிருந்து ஆவி மேலெழும் தேத்தண்ணியை ஆழியன் பெற்றுக்கொண்டான். அகப்பட்ட வலையிலிருந்து தப்பிக்கவே முடியாத புறாவைப்போல குழலியின் நெஞ்சம் படபடத்தது. ஞாபகார்த்தமாய் எழுப்பபட்ட சிலையாய் ஆழியன் இருந்தான்.

என்ன இப்பிடி யோசிக்கிறியள்? எதுவும் பிரச்சனையா?

தன்னை அழுத்திக்கொண்டிருக்கும் பிரச்சனை தனக்கானது மட்டுமில்லையே, எல்லோருக்கும் தானே. தோல்வி வெற்றி எனும் அலுத்துப் போனவற்றைக் கடந்து உயிர்கள் பலியாவது.! அலங்காரமான குளத்தில் தாமரை நிறைந்து மிதப்பதைப்போல உயிர்களுமா? நினைக்கவே உயிர் நடுங்குகிறது. குழலியின் கேள்விக்கு தனக்குள்ளேயே பதில் சொன்ன ஆழியனின் முழுமூச்சும் நிலத்தில் இறங்கியது. எல்லாவற்றையும் உயிர்களைப் பலியிட்டுத்தான் பெறவேண்டும் எனும் விதியை

இந்த நிலத்திற்கு யார் எழுதியது? விஷமுண்டு விஷமுண்டு மாயும் இந்நிலத்தின் விதைகள் முளைக்கும் போதேனும் விடுதலையாய் எழுமா? தன்னுடைய கேள்விகளையும் தனக்குள்ளேயே கேட்டு மண் போட்டு மூடினான்.

குழலியின் அம்மா வீட்டுக்குள் நுழைந்தாள். ஆழியன் நீட்டியிருந்த கால்களை ஒடுக்கினான். குழலி ஆழியன் சாய்ந்திருந்த தூணுக்கு முன்னே இருந்த தூணில் பாவடையின் நூலொன்றை பிடித்து சுருட்டிக்கொண்டிருந்தாள். அந்தச் சூழல் கனதியும் இறுக்கமும்கொண்ட பரிதாப அமைதியாயனது. குழலிக்கும் ஆழியனுக்குமிடையிலான காதலை ஏற்றுக்கொள்ளாத குழலியின் அம்மா ஆழியனை வீட்டுக்குள் வரவேண்டாம் என்று சொல்லாத குறையாக எல்லாவற்றையும் சொல்லிவிட்டார். ஆழியன் அதனை பொருட்படுத்தியது கிடையாது. குழலியை ஆழியனோடு கதைக்கவேண்டாம் என தாய் எச்சரித்துக்கொண்டேயிருந்தாள். குழலி ஆழியனையே உச்சரித்தாள்.

புட்டு அவிக்கவா?

வேண்டாம் நான் வீட்ட போறேன்.

ஏன் சாப்பிட்டு போங்கோ

கொம்மா தேவையில்லாமல் கதைப்பா, உமக்குத்தான் பேச்சு விழும். நான் வெளிக்கிடுகிறேன்.

அவா என்னத்தைப் புதிசா பேசப்போகிறா, உங்களை கலியாணம் பேசிறத விட்டு எல்லாம் பேசிட்டா. நீங்கள் இருங்கோ.

ஆழியன் சிரித்தான். தேங்கிய மழை நீரைக் காலால் தூக்கி மீண்டும் துளியாக்கும் குழந்தைகளின் பாதத்தைப்போல குழலி சிவந்தாள். அவளின் கூந்தல் கலைந்த ராஜசபையைப்போலவிருந்தது. ஒன்றிலும் சம்பந்தமே இல்லாததைப்போலவிருக்கும்

கடவுளர்களின் உபநிடதங்கள் எல்லாம் அவளின் கண்ணுக்கும் நெற்றிக்கும் மாறி மாறி அலைந்தன. கன்னங்களில் சில இடங்கள் பிரகாசிக்கின்றன. இரவுகளில் அலைந்த மின்மினிகள் அவளின் கன்னங்களில் வந்தமர்ந்த தடயங்களா? அவள் எழுந்தாள். குங்குமம் அப்பிய வெக்கம் சமையலறைக்குள் ஓடிப் போனது.

இயக்கம் பின்வாங்கிக்கொண்டே வருகுதே. நாங்களும் எழும்பிப் போகவேணுமே தம்பி?

திருநீற்றை நெற்றி நிறையப் பூசியபடி அறையை விட்டு வெளியே வந்து கேட்ட குழலியின் அம்மாவை நிமிர்ந்து பார்க்காமல்

கண்டிப்பாய் எழும்பவேண்டித்தான் வருமென்று நினைக்கிறன். வைச்சு வைச்சுத் தாக்காட்டினம். நாங்கள் கிளிநொச்சியை விட்டு எழும்பிட்டம் எண்டால்,பிறகு கிளிநொச்சி மட்டுமில்லை எங்கட நாடே எங்களிட்ட இல்லை என்று நினைக்கவேண்டியதுதான்.

ஆழியனின் தொண்டைக்குள் துயரத்தின் காலம் கட்டியாய் நின்றது. உச்சிக்கிளையிலிருந்து நிலத்தில் விழுந்த அணிலைப்போல மூச்சைப் பிடித்தான்.

என்ன நீங்கள் இப்பிடிச் சொல்லுறியள், எங்கட பிள்ளையள் இவ்வளவு பேரைக் குடுத்தும் எங்களுக்கு ஒரு தீர்வில்லையே?

நாம் அனைவரும் பிணங்களாய் ஆகவேண்டும் என்று உலகம் எதிர்பார்க்குது. அவ்வளவுதான். ஆழியன் உரையாடலை சுருக்கமாக முடித்தான். சமையலறையில் இருந்தபடிக்கு தாயையும் ஆழியனையும் ரசித்தபடியிருந்தாள் குழலி. சாப்பிட்டு விட்டு ஆழியன் குழலியிடமிருந்து விடைபெற முதல் நாளைக்கு “திருவெம்பாவை ஊருலா” இந்தப் பகுதிக்குதான் வருவோம். வருகிற பெடியளுக்கு

அகரமுதல்வன் ❖ 89

எதவாது சமைத்துக் கொடுக்கிறீரா? என்று கேட்டான்.

ஓம் புருஷா. என்ன சமைக்கவேணும்

கடலை அவித்தால் காணும்.

போய்ட்டு வாரன்.

காலையில் வீதி பரபரப்பாயிருந்தது. பள்ளிக்கூடம் செல்லும் மாணவர்கள் முகத்தில் சாவின் அச்சம். காட்டிலிருந்து விறகு வெட்டும் தொழிலாளிகள் சைக்கிளை எதிர்க்காற்றில் உழக்கியபடி சென்றுகொண்டிருந்தார்கள். இயக்க வாகனங்கள் அதிவேகமாக வீதியில் சென்றன. எதிர்கொள்கிறவர்களை எல்லாம் பார்த்துப் புன்னகைக்கிற இந்த மக்களுக்கு வாழ்வின் புன்னகை ஏமாற்றப்பட்டுவிட்டது. காந்தன்தான் வளர்க்கும் புறாக்களைக் கூட்டைத் திறந்து பறக்க எத்தினான். அது எத்தனை வடிவான சுதந்திரம். காலையின் நாகரிகம் புறாக்களின் சிறகசைப்பில் இருந்து ஜொலித்தது. அது அண்ணார்ந்து பார்க்கும் உயரத்திற்கு எழுந்து பறக்கிறது. நமது வானம் போர்விமானங்கள் பறப்பதற்கானதல்லவா? புறாக்கள் குத்துக்கரணம் அடிக்கின்றன. அவைகள் புறாக்களாக இருந்தாலும் கிபிர்களாக தன்னை நோக்கிக் கீழே இறங்குவதாக ஆழியன் நடுங்கினான். வீட்டைச் சேர்ந்தவுடன் காலையில் எழும்பிய நித்திரைக் களைப்பில் பாயில் போய்ப்படுத்தான்.

இடிந்து தரைமட்டமாய் எரிந்துகொண்டிருந்த வீட்டின் தீக்கங்குளுக்குள் குழலியின் உடல் சிதைந்திருந்தது. குழலியின் அம்மா கழிவறைக்கு முன்னால் இருந்த புல்மேடையில் உயிருக்குப் போராடிக்கொண்டிருந்தாள். அக்கம் பக்கத்தினர் எழுந்துவரவேயில்லை. பதுங்குகுழிகளில் இருந்தபடியே கதறியழுதார்கள். மீண்டும் வந்து மூன்று குண்டுகளை வானிலிருந்து வீசியது

கிபிர். பன்னிரண்டு வீடுகள் தீப்பற்றி எரிகின்றது. வீடுகளுக்குள் பதுங்கியிருந்தவர்கள் தப்பிவிட வெளியில் ஓடி வருகிற போதெல்லாம் இறந்து இறந்து வீழ்ந்தார்கள். எரியும் நிலத்தில் கருகி விழுகிற பிணங்களாய் ஊரே நிறைந்து விட்டது. அழுகுரல்கள் கடலாய் ஆர்ப்பரித்தது. பதுங்குகுழியை விட்டு தப்பியவர்கள் வெளியே வந்து எரியும் உடல்களை நீரூற்றி அணைக்கிறார்கள். குழந்தைகள் வானத்தை நிமிர்ந்து பார்த்து பறக்கும் நாரைகளைக் கல்கொண்டு எறிகிறார்கள். சிலர் மீண்டும் பதுங்குகுழிக்குள் மறைகிறார்கள். சிதைந்து வீட்டின் இடிபாடுகளுக்குள் கிடக்கும் குழலியை அவள் வளர்த்த நாய் தன் கண்ணீரால் சிலருக்குகொண்டு சென்று காட்டியது. குழலி ரத்தச் சகதியிலிருந்து பிறரால் தூக்கிகொண்டுவரப்பட்டு துணியொன்றில் கிடத்தி வைக்கப்பட்டாள். அவள் கனமழையில் நனைந்த சிவப்பு பூக்களைப்போல இரத்தத்தால் மூடப்பட்டிருந்தாள். அவள் ஆசையாக வளர்த்த குரோட்டன் செடிகளின் கிளைகளில் அவளின் துண்டங்கள் தொங்கிக்கொண்டிருந்தன.

உடைந்த கண்ணீரும் அலறல் சத்தத்தோடும் நித்திரையிலிருந்து விழித்த ஆழியனின் இதயம் சுடுகாட்டின் நெடியோடு துடித்தது. அழகிழந்த சாவின் கனவிலிருந்து மீள இனி நித்திரையையே துறக்க வேண்டுமென்று எண்ணினான். நீங்காத துயரம் எம் உடலிலும் உள்ளத்திலும் ஒட்டுண்ணியாய் தங்கிவிட்டதை எண்ணி தன்னை அமைதிப்படுத்தினான். துயரத்தை அமைதிப்படுத்த இயலாதென்பதை ஆழியன் உணர்ந்திருந்தான். குழலியையும் இழந்து விட்டால் தன் வாழ்விற்கு என்ன மணம்? தன்னை அவள் தனியாகவிட்டு இறந்துபோவாளா? வாழுவதையே தீர்மானிக்க இயலாத வாழ்வில் இறப்பது யாரோடுவென தீர்மானம் கொள்வது எவ்வளவு விசர்த்தனம். நாம்

ஒன்றாக இறந்துபோய்விட வேண்டும். யுத்தத்தின் அமைதியற்ற மரணத்தை ஆழியன் வெறுத்தான். குண்டுகள் குழலியின் மீது ஏன் விழவேண்டும். என் மீதும்தான். என் மக்கள் மீதும் எம் போராளிகள் மீதும் எதற்காக சாவு குண்டுகளில் வந்திறங்குகிறது.

நாளை அதிகாலை திருவெம்பாவை ஊருலாவோடு குழலியின் வீட்டிற்கு செல்கிற பொழுது அவளிடம் களைப்பூட்டும் இந்த வாழ்வின் மீட்சி குறித்து கதைக்கவேண்டும் என ஆழியன் மனதுக்குள் முடிவெடுத்தான். துரிதமான ஒரு அழகான மரணத்தை அவன் மனதார நேசித்தான்.

"ஆதியும் அந்தமும் இல்லா அரும்பெரும்
சோதியை நான் பாடக்கேட்டேனே"

ஆழியனின் இந்தக் குரலில் இழைந்திருந்த பக்தியின் வெளிச்சம் அலங்காரமில்லாதது. அதிகாலையின் குளிர் அவனை பாடு என்பதைப்போல பரவி நின்றது. சங்கு ஒலித்தது. ராகத்தின் பாதம் வரை ஆழியனின் குரல் இறங்கி ஏறியது. பின்நிலாக் காலத்தின் அதிகாலையில் ஒற்றையடிப் பாதையைக் கடக்கும் பாம்பின் மினுக்கம் எல்லாத் தரிசனங்களையும் சமராடும் தவம்.

குழலியின் வீடை அடைந்தபோது கதைவைத் திறந்தது குழலியல்ல. குழலியின் அம்மா. அவள் உள்ளே காத்திருக்கிறாள் என்று எண்ணினான் ஆழியன். அவள் உள்ளே இருந்தாள். வெளியே வர இயலாதவளாய் அறையின் திரைச்சீலையை விலக்கி அவனுக்கு தெரியும்படியாய் தனது கண்களை அமைத்துக்கொண்டு தனக்கு சுகமில்லை என்று சொன்னாள். சத்தமற்ற மொழியை இன்னும் தக்கவைத்திருக்கும் இப்பூமியின் கண்கள் காதலர்களிடம்தான் உண்டு. ஆழியன் வாடைக் காற்றை அவளிடம் வீசினான். அவளின் நெஞ்சில் இனிப்பு.

ஆழியன் இன்றைக்கு அல்ல இன்னொரு நாளில் அவளிடம் பகிர வந்த விடயத்தை பகிர்ந்து விடவேண்டுமென முடிவெடுத்தான். கடலை பரிமாறப்பட்டது. ஆழியனின் கண்களும் அவளின் வெக்கம் தோய்ந்த கண்களும் அடிக்கடிச் சந்தித்துக்கொண்டன. அவளைத் தற்கொலைக்கு அழைக்கும் தன் முடிவு குறித்து துயரடைந்தான். இந்த முடிவை யுத்தம் தருவித்ததாக எண்ணிக் கொண்டான். வாழ்வென்பது என்னவென்றே அறியாதவனை மரணம் ஒரு குளிர்காலக் கரடிபோல துரத்திக்கொண்டிருப்பதை "திருவெம்பாவை ஊருலா" பார்த்துக்கொண்டிருந்தது. நிலம் விடிந்ததாக பறவைகள் பறந்தன. இருவரின் மரணமும் தேரையைப்போல மின்னியது.

இந்த வாழ்க்கை அவலத்தில் பரிசுத்தப்பட்ட அவலத்தின் தத்தளிப்பு. எம்பாவாய்!

பெய்துகொண்டிருக்கும் மழை

மழை சற்று ஒய்ந்திருந்த நேரமிது. இராணுவத்தின் பேருந்தொன்று வைலா பாடலோடு மிகவேகமாக சென்றது. வீதியில் மட்டுமல்ல நம் விதியிலும்தான். அவள் எனக்குப் பின்னால் நடந்துவந்துகொண்டிருக்கிறாள். நான் சாதுவாக கழுத்தைத் திருப்பி நடந்துவரும் அவளைப் பார்த்தேன். பல்லக்கில் தூக்கிச் சுமக்கும் லட்சணம். பூமியின் துக்கத்தைத் தேயச் செய்யும் வளர்பிறைச் சிரிப்பு. நான் பார்க்கிறேன் என்பதை தெரிந்துகொண்டு தன்னை அலட்சியம் செய்து நடந்தாள். அது அழகின் பிதற்றல். நான் தலையை நேராகத் திருப்பி நடந்தேன். அவளின் நடை வேகம் கூடியது. வேகம் என் செவிகளில்பட்டது. தனது காலில் அணிந்திருந்த செருப்பை வீதியில் உரசி நடந்தாள். தன்னைத் திரும்பிப் பார் எனும் அவளின் அதிசயக் கட்டளையது.

நினைவு திரும்பிய மனநோயாளி ஒருவனின் பரவசமெனக்கு. பெய்து அடங்கிய மழை கூச்சலிட்டு பெய்வதைப்போல ஆனந்தம். அலையில் கரை திரும்பும் வெளிச்சத்தின் சாயையில் அவள் என்னை வேகமாக நெருங்கினாள். நாலு திசையிலுமிருந்து இனிமையான ஆச்சரியங்கள் சீட்டியடித்தது. கதைக்க உன்னிய வார்த்தைகள் முழங்கித் தகர்ந்தன. வெயில் எறிக்கத் தொடங்கியது. தேகம் குளிர்ந்து சொர்க்கத்திற்கு சமானமாய் ஒளி சிந்தியது.

“மலரவன் நாளைக்கு விடிய ஆலமரக் கோயிலில சந்திக்கிறம், சொல்லிட்டேன், வந்திடுங்கோ.

அவளின் கடுமையான தொனி,

எனக்குள் சந்தோசம் சப்தமெழுப்புகிறது. பிரியமானவளின் கோவங்களில் கதகதப்பு கவிந்திருக்கிறது. நான் அதனை மறுக்கவில்லை. காதலில் சந்திப்புக்களை மறுப்பது முட்டாள்தனம். அவள் எனக்கு முன்னால் வழக்கமான நடையை விட வேறொன்றாய் நடந்து மறைந்தாள். நாளை அவளை சந்திக்கவேண்டுமென்பது என் ரத்த நாளங்களில் பதியமிடப்பட்டது. ஓவென்று இரைந்து காற்றுச் சுழலச் சந்திப்பின் ஏக்கத்தில் இரவு சுருங்கியது.

அவள் பெயர் நளினா. தடதடவென்று படியேறும் பஞ்சுமுடிப் பூனைக் கண்கள். நிலத்திலிருந்து வெளிக்கிளம்பும் புளியங்கன்றின் இலைகளைப்போல மிருதுவான செவிகள். கண்டுணர்ந்துகொள்ளமுடியாத அர்த்தம் அவளின் கழுத்து. அருள் தீண்டும் அழகு. எரிந்தடங்கிய நூல் திரியின் நுனிக் கறுப்பு அவள். நான் திரிமூட்டும் தீ.

ஆலமரக் கோயிலிலேயே எனக்கு விடிந்துவிட்டது.

நளினா வந்தாள். கையில் ஆய்ந்த பூக்களைக் கொண்டுவந்து வீரபத்திரருக்கு வைத்தாள். என்னை அருகில் வரும்படி அழைத்தாள். ஆலமரத்தின் கீழே முழு விடியலும் இன்னும் படரவில்லை. நிரம்பிக்கிடக்கும் மங்கலில் அவளருகே போய் நின்றேன். தனது கையில் திருநீற்றை அள்ளியெடுத்து என் நெற்றியில் பூசினாள். சட்டென்று முத்தமிட்டு உதட்டில் எரிந்தாள். எனக்குள் காடெரியும் சத்தம். கிளை பரப்பி செழித்து நிற்கும் ஆலமரத்தின் கீழே கிளை விரித்து என் வேர் அசைத்தாள். அடர்ந்த பூமியின் வெளிச்சம் எங்கெங்கும் படர்ந்தது. அவளுக்குள் காதலின் தகிப்பு முத்தங்களாய்

கொலுவிருந்து இந்தக் காலையில் சன்னதம்கொண்டது. என்னை அவள் துயரங்களிலிருந்து கத்தரித்தாள்.

"மலரவன்"

இமைகள் தாழ்த்தி என்னைக் கூப்பிட்டாள். நான் அவளின் மடியில் கிடந்தேன். விடியற்காலையின் சத்தம் நிரம்பியோடின. இயற்கையின் கண்களில் பொறாமை முட்டும்படியாய் நளினாவை முத்தமிட்டேன். சாரல் தணிந்த மழையின் துளிகள் இலையிலிருந்து சரிந்ததுவாய் என்னிலிருந்து அவளின் சொண்டுக்கு முத்தங்கள் கனிந்தன. காலகாலத்திற்கும் முத்தங்களுக்கே கண்கூசும் படியாய் நிதானமாய்க் கனிந்து அளித்தேன். அவள் நிமிர்ந்திருந்து வெட்கித்தாள். காற்றில் ஆடும் குப்பிவிளக்கின் சுடரைப்போல நெளிந்துடைந்து கேட்டாள்.

இது நாங்கள் சந்திக்கும் 86வது சந்திப்பு, நினைவிருக்கா உங்களுக்கு

முழுப் பிரகாசத்துடன் சிரித்து இல்லை என்றேன்.

அதானே பார்த்தன். அதை எங்க நினைவில வைச்சிருக்கப்போறியள் என்று பேசிய படியே குனிந்து மூக்கைக் கடித்து "கள்ளா" என்றாள்.

இது மகோன்னதமான பித்தைத் தருவிக்கும் காதலின் பட்டமளிப்பு. காற்றே நுழையாமல் புல்லாங்குழலின் துளைகளில் இருந்து கீதம் எழுவதைப்போலான இன்பம் நளினா என்னைக் கள்ளாவென அழைப்பது. அவளின் மடியிலிருந்து எழுந்தேன். சொர்க்கம் உதிர்ந்த உணர்வெனக்கு. அற்புதங்களுக்கு ஆயுளில்லை. நன்றாக விடிந்த பூமியின் கதிர்கள் ஆலமரத்தின் கிளைகளுக்குள்ளால் எம்மையடைந்தன. நளினா எழுந்தாள். நேற்றைக்குப் பிடித்த சண்டை குறித்து எதுவும் கதைக்கவேயில்லை. காதலில் நிகழும் எல்லாக் கசப்புகளுக்கும் முத்தங்கள் தீர்வைத் தருகின்றன. நளினாவுக்கும் எனக்கும்

நேற்றைக்கு நடந்த சண்டை இடியிறங்கும் அளவிலாக மாறியிருந்தது.

அவளுக்கு இயக்கம் மீதிருக்கும் விமர்சனங்களை எல்லாம் என்னோடு பகிர்ந்துகொண்டேயிருப்பாள். சில இடங்களில் இயக்கம் எடுத்த முடிவுகள் குறித்து காட்டமாக விவாதிப்பாள். நேற்றைக்கும் இப்படித்தான் ஏதோ கதைக்கத் தொடக்கி இறுதியில் கடுமையான சண்டையில் வந்து முடிந்தது. இந்தக் காலை அதனை மறந்தது. அவள் முத்தங்களோடு விடைபெற்றாள். வீரபத்திரருக்கு அவள் வைத்த பூக்களாய் நான் மலர்ந்திருந்தேன். பல்லாயிரம் தங்க நாணயங்கள் உருண்டோடும் வீதியில் நடந்து செல்பவனாய் வீடு நோக்கி நடந்தேன். வீதியில் எவருமில்லை. அது பிரமையின் வேஷம். நளினாவின் நெருக்கம் தந்த தகிப்பின் லயம். நீல வானத்தின் பல் இளிப்பு வெள்ளனவே சுட்டது. படலையைத் திறந்து வீட்டுக்குள் போனேன். அம்மாவின் படத்துக்கு முன்னால் விளக்கெரிந்துகொண்டிருந்தது. அம்மாவின் முகம் விளக்கொளியில் இரைவதைப்போலவிருந்தது. அணைத்தேன்.

அம்மாவுக்கு முகமெல்லாம் பிரகாசக் களை. அவளின் நெஞ்சிலேன் மரணம் ஏறியது? சாவின் களேபர ஓசை எனக்குள் படியேறிக்கொண்டேயிருக்கிறது. இறந்தவரை நினைத்துக்கொண்டிருக்கும் போதே இறந்துபோகுமொரு நிலத்தில் இறந்தவருக்காய் இடிந்து போய் அழுவது பாழ். கண்களை மூடிப் பாயை விரித்தேன். அம்மா அதீதமாய் அழுவதைப்போல சத்தம். நான் கண்களை இறுகமூடி சுவரைப் பார்த்து சரிந்து படுத்தேன்.

நளினாவும் வீட்டுக்குச் சென்றிருப்பாள். அவளின் வீடு கிழடு தட்டிய கூரைகளைக்கொண்டது. அவளின்

கனவுகளில் பாம்புகள் நெளிய அதுவுமொரு காரணம். நிச்சயமாக அவளுக்கு இயக்கத்தைப் பிடிக்காது. ஆனால் அவளின் அக்கா மாவீரர் என்பதனைச் சொல்லும்போது ஒருமுனைப்படுத்தப்பட்ட நிமிர்வு அவளிடம் இருக்கும். வீட்டில் இருக்கும்போது நிறைய சினிமாப் பாடல்களைப் பாடுவாள். அவள் குரலில் எப்போதும் குளிர்காலம். உற்சாகம் கொப்பளிக்க பாடும் சில சினிமாப்பாடல்களுக்கு அவளே வரிகளைப் போட்டு பாடிவிடுவாள். அவளின் மனப்பரப்பின் சூழலைப் பொறுத்த வரிகளாய் பிறக்கும்.

“நினைத்து நினைத்துப் பார்த்தேன்

நெருங்கி விலகி நடந்தேன்”

பாடலை ஒருநாள் பாடிக்கொண்டிருந்தாள். என்னைக் கண்டதும் குரலைத் தாழ்த்தி இழைந்து வந்தததை நிறுத்தினாள். அவளருகே போய் பாடும் என்று சொன்னேன். அவள் கண்கள் என்னை மோகித்து நெருங்கின. அது ஓர் உண்மையான தாபத்தின் நகர்வு. பாடினாள். நீர்ப்பரப்பில் எழும் அம்மனின் சிலையை ஒத்திருந்தது அவளின் முகம்.

“நினைத்து நினைத்துப் பார்த்தேன்

நெருங்கி நெருங்கி வந்தேன்

உன்னால் தானே நானும் தழல்கிறேன்.”

பாடியபடியே சிரித்தாள். முழுகித் தலைத்துண்டை அவிட்டபடி தென்றல் வந்துகொண்டேயிருந்தது. தாபத்தின் தனியறை முழுக்க அவள் குரல் எதிரொலித்து கனன்றது. பாடலின் பெரும்பாலான வரிகளை மாற்றியே படித்த நளினா அன்றைக்கு கவித்துவ பல்லவியானவள்.

இப்போது வீட்டுக்கு போய் சாப்பிட்டிருப்பாள். பாத்திரங்களை கழுவுவதில் வயசான கிழவிமாரைப் பார்க்கிலும் அதிக நேரமெடுப்பாள். வீட்டின்

எல்லா வேலைகளையும் தானே செய்து முடிப்பதில் அவளுக்கு மன நிறைவு. எனது பாதைகள் எங்கும் நடமாடும் பயணி அவள். குளிரில் நடுங்கும் ஒரு புறாவை நினைவுபடுத்தும் அவளின் காதற்கன்னங்கள் வியர்த்து இருக்கும்.

அம்மாவுக்கு அவளை நிறையப் பிடித்திருந்தது. நானும் நளினாவும் காதலிக்கிறோம் என்பதை தெரிந்துகொண்ட பின்னரும் அம்மா என்னிடம் எதுவும் கேட்கவில்லை. அம்மா இப்போதில்லை. அம்மா இல்லை என்று நான் நினைக்கவேண்டுமா? காட்டின் சேற்றில் அழுந்தக் கால் பதிக்கும் ஒரு முரட்டு யானையின் கால்களை ஒத்து இந்தக் கேள்வி என்னை மிதிக்கிறது. நான் அம்மாவின் சிதறிய உடலைப் பொறுக்கிப் புதைத்த நாளின் பிற்பகலில் நளினாவை பலமாதங்களுக்குப் பிறகு பார்த்தேன். வெடிகுண்டுகளின் பந்தலுக்குள் நின்று ஆசுவாசமாய் கதைத்தோம். யுத்தம் மனிதர்களை அலட்சியம் செய்யும் துல்லியம் மோசமானது. அம்மா இனியில்லை என்றேன். நளினா கண்ணீரை இறைத்து விம்மினாள். அது யுத்தமுனையில் வற்றிய தண்ணீரோடு ஆவியாகியது. அவளும் நானும் இப்போது சந்தித்தாலும் அம்மாவைப் பற்றி கதைப்பதும் வழமை.

நளினா நான் கொஞ்சநேரம் நித்திரை கொள்ளப்போகிறேன். சுவரைப் பார்த்தபடிக்கு கண்களை மூட முடியவில்லை. எனக்கு உன்னோடு கதைத்துக்கொண்டேயிருக்கவேண்டும். இந்தக் காலத்தின் வாசம் துக்கம். பக்குவமடையாத குழந்தையின் தாயைப்போல நீ என்னோடு படுகிற ஆய்க்கினைகள் தீர்ந்துபோகவேண்டும். நீங்கிப் பிறகொரு வடிவாய் என்னிலிருந்து தோன்றும் வாதைகள் உன் காலடிவரை பீறிட்டு வழிவதை நீ எனக்காக ஏற்றுக்கொள்கிறாய்.

நான் இனியேனும் நித்திரை கொள்ளவேண்டும். நினைத்தவுடன் மாயும் நீர்க்குமிழிகளின் பாக்கியமில்லாத இந்த மானுடப்பிறப்பை நான் வெறுக்கிறேன். நளினா என்னை உலுக்கும் மாத்திரைகள் எனக்கு வேண்டும். அச்சுறுத்தும் அவலமான வதைகள் என்னைக் களைப்படையச் செய்துவிட்டது. வலையின் முடிச்சுகளில் சிக்குண்டு வாலடிக்கும் மீன்களின் துடிப்பு என்னிடமிருக்கிறது. சிறைகளில் இருக்கும் ஜன்னல்களை விடக் கீழானவையாகவே பூமியின் ஜன்னல்கள் வெளிச்சமிடுகின்றன. கொடிய தோல்விக்கு விதியானவர்களின் மூச்சு மிகப்பெரும் சுமையானது. மரணத்தின் வாடை இறவாதது என்று கண்டுகொண்டேன். அலைக்கழிக்கும் அடர்ந்த இருட்டில் எனது ஆழ்ந்த உறக்கத்திற்கு ஒரு பிரகாசம் இருக்கிறது. விழிப்புடன் இருக்கும் பூமியில் அந்தப் பிரகாசமில்லை. நேர்த்தியாய் அறுந்து போகுமொரு சிலந்தி வலையைப்போல என்னுயிர் அறுபடுமா? வலியின் துவாரங்களிற்கு பருத்த இரையாக எனது காலங்கள் தீர்கிறது. அப்பால் நகர்கிற கானல்நீரில் சலசலப்புக் கேட்பதுவாய் நித்திரை கொள்ளவேண்டுமென்பதே ஆசையாக மாறிவிட்டது.

மழை பெய்யத்தொடங்குகிறது. வாவென்று திறந்து கிடக்கும் மரணத்தின் ஒளியை மறந்து ஈசல்கள் பறந்துகொண்டே இருக்கின்றன. பறக்கத் தெரிந்தால் வலி உலுக்காதா? நளினா சில கணங்கள் இமைகள் மூடுகின்றன. நீ ஒழுகும் உனது வீட்டின் கூரைக்கு பாத்திரங்களை வைக்கத் தொடங்கியிருப்பாய். மழைக்கு ஒன்றும் தெரியாது. மனிதன் நிறைய வருத்தங்களை மழை மீதுகொண்டிருப்பதை யார் மூலமாக சொல்ல முடியும். மழைக்கு தாபங்கள் ஆழ்ந்த நிலையில் இருக்கிறதென உன்னிடம் நான் சொன்னேன் நினைவிருக்கிறதா?

கேள், குருவிகள் கீச்சிடத் தொடங்கிவிட்டன. புலுனிகள் கத்துகிறது. அலைகள் ஒன்றன் மீது ஒன்றுவிழுந்து கரைக்கு வருகிற பொழுது தழுவலின் முத்தங்கள் நுரைபொங்கி இனிக்கத் தொடங்கியிருக்கும். மழைக்கு அழிவற்ற கிளர்ச்சியிருக்கிறது. நீ அந்த மஞ்சள் நிறச் சட்டையை அணிந்திருப்பாய். உன் மனோகரத்தை விடாப்பிடியாக மழை கேட்கும், அது கைமாற்ற முடியாத உன் வசீகரத்தின் துயில். உன்னை இப்போது பார்க்கவேண்டும் என்ற கர்ஜனை எனக்குள். மழைக்கால்கள் பெருகிக்கொண்டிருக்கிறது. மழைக் கூச்சலும் நழுவித் தெறிக்கும் மின்னலும் என்னை உன்னிடம் விரட்டியனுப்புகிறது. சுவரிலிருந்து கண்களை பிடுங்கி விளக்கணைத்த அம்மாவின் படத்தைப் பார்த்தேன். மேலும் வருத்தப்படுமளவுக்கு அம்மா புகைப்படத்தில் இருந்தாள். இதயம் எரிந்து கதறுகிற தொட்டில் குழந்தைக்கு தாலாட்டில்லை. என் கண்கள் சொருகின. கனதி மிக்க பயங்கரத்தின் உத்தரத்தில் என் கால்கள் தொங்குகிறதா? கண்களை உயர்த்தினேன். அது எதுவுமல்ல. வெறுமையில் ஏறி நிற்கும் நிழலின் நடுக்கம்.

மழையில் நனைந்தபடி நளினாவின் வீடு நோக்கி நடந்தேன். இன்னும் மழை பெய்யட்டும். நனைந்தும் நடுங்கியும் நளினாவை பார்க்கச் செல்கிறேன். ஓடும் தண்ணீரில் பாம்புகள் மூழ்கி நெளிகின்றன. தவளைகள் சத்தமிடுகின்றன. எதிரியின் தத்தளிப்பைக்கொண்டாடும் தாளத்தில் கத்துகின்றன. தோல்வியுற்றவர்களுக்காய் பாடுகிற பண்பு பிற உயிரினங்களிடமும் இல்லை?. இவ்வளவு வேகமாக நடந்து விட்டேன்.

நளினா.... நளினா

ஆர், நில்லுங்கோ வாறன்

அவள் அந்த மஞ்சள் சட்டைதான் போட்டிருந்தாள். நெற்றியில் ஒரு நீல நிறப்பொட்டு

அகரமுதல்வன் ❖ 101

வைத்திருந்தாள். தீப்பிடித்து எரியும் காய்ந்து போன வைக்கோல் என் மேனி. நான் படலையின் வெளியே நின்றேன். அசையாமல் நின்று இருட்டை விரட்டும் விளக்கொளியின் சாடையில் என்னை போ என்றாள். மழை துயரம் அறியாதது. பெய்துகொண்டேயிருக்கிறது. நளினாவின் மஞ்சள் சட்டை முழுதும் நீலமாய் தகிக்க ஆவென மல்லாந்து கிடந்த தவளையின் வாய்க்குள் ஒரு மழைத்துளி விழுந்தது. அவள் என்னை மீண்டும்

"போங்கோ " என்றாள்

அவ்வளவுதான்.

என் கால்களிலிருந்து வெயில் எறிக்கத் தொடங்கியது.

தேடியலையும் நள்ளிரவு

இன்றோடு பதினாறாவது தடைவயாக காணாமல் போயிருக்கும் அவனை சித்தி தேடுவதில்லை என்று விட்டுவிட்டாள். எங்கு போயிருப்பான் என்று தெரியாமல் வீதி நெடுக சைக்கிளில் சென்று பார்ப்பதும், தன்னால் போகக்கூடிய தூரத்தில் இருக்கும் சொந்தக்காரர் வீட்டுக்கு போய் விசாரிப்பதும்தான் சித்தியால் முடிந்த தேடுதல். ஆனால் இன்றைக்கு அதுவுமில்லை. மரணவீட்டின் விடிகாலையைப்போல சித்தி களைத்துப் போயிருந்தாள். காந்தன் தொலைந்து போகக்கூடியவன் அல்ல. அவனொரு தனிவழி. தான் எடுக்கும் முடிவுகளும்தான் நடக்கும் பாதைகளும்தான் இந்த பூமியில் சரியென நம்புகிறவன். அவன் காணாமல்போய் வீடு திரும்பும் ஒவ்வொரு முறையும் அவனது தலை வெட்டில்,நடையில், கதைக்கும் முறையில் வித்தியாசங்கள் இருக்கும். அவனிலிருந்து வருகிற வியர்வை குளத்துமீனின் மணத்தை ஞாபகப்படுத்தும். பாவம் அவனுக்கு குளத்து மீன் பிடிப்பதேயில்லை.

காணாமல்போகும் பிள்ளைகளை தேடியலையும் அம்மாக்களும் தாயகம்தான். சித்தி நாளைக்கு அவனைத் தேடவேண்டும் என எண்ணிக்கொண்டேயிருந்தாள். அவன் கிடைத்து விடவேண்டும் என படத்தட்டுக்கு விளக்கு ஏற்றினாள். விளக்கின் திரி துயரத்தின் குரல்போல நீண்டு எரிந்து சில அசைவுகளில்

அணைந்துவிட்டது. சித்தியின் கண்களில் அணைந்து போன விளக்கின் திரியைப்போல கண்ணீர் புகைக்க தொடங்கியது. இரவு விழித்திருந்த போதிலும் துர்க்கனவின் பகடைகள் சித்தியில் உருண்டுகொண்டே இருந்தது. காந்தன் இல்லாமல் போய்விடுவானோ என்கிற கேள்வி இத்தனை தடவைகளுக்கு பிறகு இன்றைக்கு தோன்றிவிட்டது. அவளின் அழுகையால் இரவுக்கு அடர்த்தியான தீனம் உருப்பெருத்துக்கொண்டேயிருந்தது. சொற்ப நிமிட இடைவெளிகளில் அவன் கூப்பிடும் சத்தம் கேட்பதுபோலான பிரமை சித்தியை சூழ்ந்துவிட்டது. பிரமைகளை பிரமைகள் என்று நம்பமறுக்கும் பலவீனம் துன்பங்களின் இயல்பு.

காந்தன் இயக்கத்தில் சேருவதற்காக வீட்டில் இருந்து போன அன்றைக்கு சித்தி இப்படித்தான் இருந்தாள். இயக்கத்திற்கு போனால் செத்துப் போயிடுவான் என்று சித்தி பயந்து அழுதாள். ஆனால் முள்ளிவாய்க்காலில்கூட காந்தனை சாவு அண்டவில்லை. பத்து வருடங்களாக இயக்கத்தில் இருந்த போதிலும் சின்னக் காயம்படாத அவனை அதிஸ்டமற்ற ஒரு சண்டைக்காரன் என்றுதான் கூப்பிடுவேன். மேகங்கள் அற்ற வானம்போல வெறுமையானது காயங்கள் அற்ற போர்க் களத்து வாழ்க்கை. காந்தனிடம் ஒரு போராளியின் அடையாளங்கள் எதுவும் இருக்காது. நிறைய சந்திப்புக்களில் என்னை அவன் கண்டிருந்த போதிலும் கைகுலுக்கல், வணக்கம் சொல்லுதல் என்பதோடு கடந்துபோய்விடுவான். அளவுக்கு மீறி பேசுகிற மனிதர்களை எல்லாம் அவமானம் செய்கிற உருவம்போலவே எனக்கு அவன் தெரிவான்.

இயக்கம் மன்னாரில் இருந்து பின்வாங்கத் தொடங்கிய நேரத்தில் ஒருமுறை அவனை சந்தித்தேன்.

“நாம் களங்களில் கால்களை பின்னுக்கு வைக்கும் யுக்தி சரியான பிழை” என்று சொன்னான்.

நான் சிரித்தேன்.

“முன்னுக்கு போகமுடியாமல் இருந்தால் பின்னுக்கு வாறது தானே சரி என்றேன். முன்னுக்கு போறதை விட பின்னுக்கு வாறது பெரிய இழப்பைத் தருமென்றான்.”

எனக்கு அவன் சொல்வதில் பிழையில்லை என்று தெரியும். அமைதியாக இருந்தேன். கிளிநொச்சி விடுபட்டு இரண்டு நாட்களின் பின்னர் புதுக்குடியிருப்பில் வைத்து பார்த்தேன். “விழுந்து போனதை எல்லாம் தூக்கி நிறுத்தினதை எல்லாருமாய் சேர்ந்து விழுத்தியே போட்டம்” என்றான். காந்தன் இப்படித்தான் மிரளும் விதமாக கதைப்பான். எவருக்கும் பயப்பிடமாட்டான். அவனுக்கு தெரிந்தவர்கள் எல்லோரும் அவனை மடார் காந்தன் என்றுதான் சொல்லுவார்கள்.

அவனை ஏப்ரல் மாதக் கடைசியில் பார்க்கிற பொழுது இடுப்பில் ஒரு பிஸ்டல் கட்டிக்கொண்டு வலைஞர் மடத்தில நின்றான். அதற்கு பிறகு எல்லாம் தீர்ந்துபோய்விட்ட இரவைப்போல தகர்ந்துவிட்டது. சித்திக்கு காந்தன் என்ன ஆனான் என்று தெரியாமல் துடித்துப் போய்விட்டாள். வீரச்சாவு என்றால் இயக்கம் அறிவித்திருக்கும் என்று நம்பினாள். காயப்பட்டு மயக்கமாகி ஆர்மியின் கையில் சிக்கியிருக்ககூடாது என்று முகாமுக்குள் இருந்து கும்பிட்டபடியே இருப்பாள். தங்கள் கண்களில் படமுடியாததாய் இருக்கும் பிள்ளைகள் இறந்து போயிருக்கவேண்டும் என்று விரும்புகிற தாய்மைக்குள் எப்போதும் துயரம் கருவறையை சூறையாடிக்கொண்டே இருக்கும்.

சித்தி காந்தன் உயிரோடு இருப்பதாக நம்பினாள். இறந்திருக்கவேண்டும் என்று விரும்பினாள்.

இந்த முரண் மரணத்தின் கடைசி விநாடியைப் போன்றது. காந்தன் வவுனியாவில் தடுப்பு முகாமில் அடைக்கப்பட்டிருப்பதாக இன்னொரு பெடியனின் தாய் சித்திக்கு வந்து தகவல் சொன்ன அன்றைக்கு சித்தி மயக்கம் போட்டு கீழே விழுந்தாள். மயக்கம் மனிதனின் ஏக்கங்களில் குடிகொண்டுள்ளது. ஏக்கம் தீரும்போதும் தொடரும்போதும் அது மனிதனை வீழ்த்திவிடுகிறது. அடுத்த இரண்டு நாட்களில் முகாம் இராணுவ அதிகாரியிடம் அனுமதி பெற்று சித்தி காந்தனை பார்க்க தடுப்பு முகாமுக்கு போனாள். முள்ளிவாய்க்காலில் இருந்து முகாமுக்கு பேருந்தில் ஏற்றிவரப்பட்ட போதிருந்த பயணத்தைபோலல்ல இது. பார்க்கும் வெளியெல்லாம் சிந்திக்கொண்டிருக்கிறது விவரிக்க முடியாத மேகம். பேருந்தின் மூடியிருந்த சாளரத்தில் நீண்ட நாட்களுக்கு பிறகு முகம் பார்க்கிறாள் சித்தி. தடுப்பு முகாமின் வாசற்கதவின் வெளியே நின்றுகொண்டு தனது பிள்ளையின் பெயரை ஒரு துண்டில் எழுதிக்கொடுத்தாள் சித்தி. போரில் தொலைந்து போனதன் பின்னர் இறந்து போயிருக்கவேண்டும் என்று எண்ணிய தனது பிள்ளையை அவளின் கைகள் ஆதூரமாய் கதவின் கம்பிகளுக்குள்ளால் தடவியது. முகத்தையும் தலையையும் தடவி பிள்ளையை இயலுமான வரைக்கும் நெஞ்சோடு சேர்த்தாள். காந்தன் உயிரோடு இருந்தான். வந்திருந்த தனது தாயைப் பார்த்துச் சிரித்தான்.

சித்தி அவனைக் கண்ணீரால் கட்டி அணைத்த போதிலும் அவனின் கண்கள் வெடிக்காத கைக்குண்டைப்போல இறுகிக்கிடந்தது. சித்தி அழுவதை மட்டும் நிறுத்தாமல் கதைக்கத் தொடங்கினாள். சித்தி கேட்பதற்கு அவன் ஒரு வார்த்தையில் பதில் சொன்னான்.

என்ன தம்பி அடிக்கிறவையா?

இல்லை. இஞ்ச பிரச்சனையில்லை.

சாப்பாடு?

பரவாயில்லை

எல்லாக் கேள்விகளுக்கும் இப்படித்தான் பதில்கள் இருந்தது.தான்கொண்டு போன பிஸ்கட் பையை காந்தனிடம் நீட்டும்போது வாசலில் நின்ற சிப்பாய் ஒருவன் வாங்கி பரிசோதித்து காந்தனிடம் கொடுத்தான். இருபது நிமிடங்கள் முடிவடைந்ததும் இருவரும் விடைபெற்றார்கள். இந்த இருபது நிமிடங்களில் காந்தன் இரண்டு தடவைகள்தான் தன்னை அம்மா என்று கூப்பிட்டதாக கவலையுற்ற சித்தியின் முகத்தில் ஊதிப்புடைத்த இருள் துள்ளிக்குதித்தது. அவள் சுவாசம் தனித்தனியாக கழன்று கொட்டுண்டு போவதாய் அதன் பின்னான நாட்களைக் கழித்தாள். சித்தி காந்தனை அடைகாக்கும் உஷ்ணத்தோடு பல தடவைகள் தடுப்பு முகாமிற்கு சென்று பார்த்துவிட்டு வந்திருக்கிறாள்.

வாழ்வின் துயரங்களுக்கான மூலமாய் வாழ்வே மாறுவது கொடுமையானது. காந்தன் கேள்விக்கு ஒரு சொல்லில்தான் பதில் சொன்னான். அம்மா என்று அழைப்பதை சில சந்திப்புகளில் தவிர்த்தே இருக்கிறான். அலைவிழுங்கி செத்துப் போன குழந்தையின் நெஞ்சைப்போல காந்தனின் கதையும், பார்வையும் சித்தியின் கண்களிலேயே பயங்கரமாய் மிதந்திருக்கிறது. ஓர் அநாவசியமான ஆகாயம் அலைவதை வானம் பார்ப்பதைப்போல காந்தன் சித்தியைப் பார்த்திருக்கிறான்.

விடுதலை ஆகி வீட்டுக்கு வந்த சில நாட்களிலேயே காந்தனை சித்தி அடையாளம் கண்டுவிட்டாள். காந்தன் பைத்தியம். பைத்தியம் ஆக்கப்பட்டிருக்கிறான். தனது பிள்ளை பைத்தியமென உணர்ந்துகொண்ட தாய் தன்னை மீளாத அவலத்திடம் ஒப்படைக்கிறாள். பொழுதுகள் முழுக்க காற்றோடு கதைக்கப்

பழகியிருந்தான். இடையிடையே நெருப்பை மூட்டி தலைமயிரைப் பொசுக்கி இருந்தான். இரவுகளில் எல்லாவற்றிடம் இருந்து விலகி மரங்களில் விடியலை மட்டுமே பார்த்துக்கொண்டிருப்பான். சித்தியின் பளுமிக்க கவலை அந்த இரவு முழுக்க அழுதுகொண்டேயிருக்கும். அவனை எப்படியாவது குணப்படுத்தவேண்டும் என்று மூச்சிழுக்க கடவுளை வேண்டிக்கொண்டிருப்பாள்.

தம்பி உள்ள வந்து படு.

பதிலுக்கு ம் என்று சத்தம்கூட வராது. இரவின் வானத்தின் கீழே அசையும் விபரீதத்தைப்போல கால்களை நீட்டியபடியிருக்கும் அவனை விதி சிதைத்துக்கொண்டிருக்கும். நிர்மூலமான நிலமெங்கும் அவனது நிழல் இரவில் அலைந்தது. அப்படித்தான் இன்றைக்கு காலையில் வீட்டிலிருந்து வெளியில் போன காந்தன் மதிய சாப்பாட்டுக்குகூட வரவில்லை. சித்தி அவனை தொடர்புகொண்டாள். போன் அணைத்துவைக்கப்பட்டிருந்தது. அவனைத் தேடுவது என்றால் எங்கு தேடுவது. அவன் எங்கு செல்வான். எங்கு காணாமல் போகிறான் என்று சித்திக்கு தெரியவே தெரியாது. காணாமல் போன பதினைந்து தடவைகளும் சித்தி தேடினாளே தவிர அவளால் கண்டுபிடிக்கமுடியவில்லை. அவனேதான் வீட்டுக்கு வந்தான்.

இந்தத தடவை சித்தியின் மனத்தில் சலனம் அடைக்கோழியைப்போல படுத்துக்கிடந்தது. அவனுக்கு ஏதோ நடக்கப்போவதைப்போல எண்ணம் ஓயாமல் ஊளையிட்டது. நள்ளிரவைத் தன் கண்ணீரால் சுமந்தபடியே வானில் அலையும் மேகத்தோடு சைக்கிளை உழக்கத் தொடங்கினாள் சித்தி. போரில் தொலைந்து மீண்ட ஒரு பிள்ளையை காலம் ஏன் காணாமல் செய்கிறது என இந்த நள்ளிரவில் சித்தி யாரிடம் சொல்லி அழுவது.

சொல்லி அழுவதற்குகூட துணையற்ற வாழ்க்கை எப்போதும் மரணத்தை கெஞ்சும். சித்தியின் கண்களில் இருந்து கழன்று காற்றில்விழும் கண்ணீருக்குள் வெளிச்சம் இருந்ததைப்போல நள்ளிரவின் நட்சத்திரங்கள் மின்னின. வீதியின் மருங்குகளில் இராணுவ காவலரண்கள், அவர்கள் யாரைக் காக்கிறார்கள். அந்த நள்ளிரவிலும் சிங்கத்தின் வாளில் இருந்து ரத்தம் வழிய வழிய கொடி பறந்துகொண்டேயிருந்தது.

அவள் காந்தனை வீதிகளில் உள்ள கடைகளில், சந்தையில், பேருந்து நிலையங்களில் எல்லாம் தேடுகிறாள். தூங்குவதற்கு இடமற்ற தெரு நாய் ஓய்ந்த நகர்புறத்தின் இடங்களை போய் பார்ப்பதைப்போல தனது பிள்ளையை சித்தி தேடினாள். நள்ளிரவு சித்தியின் கண்களிலிருந்து நகர்ந்து ஒடுங்கியது. தேடித் திரியும் சித்தியின் பாதங்களுக்குள் வலிக்க வலிக்க அடுத்த நாள் விடியல் வந்தது. காந்தன் இல்லை. இடையிடையே அவனின் இலக்கத்துக்கு தொடர்புகொண்டாள். அது அந்த நிலத்தின் வாழ்க்கையைப்போலவே அணைக்கப்பட்டிருந்தது. தன் கண்ணீர் காய்ந்து போன தெருக்களில் எதிர்கொள்ளும் தெரிந்தவர்களை பார்த்து சிரித்தபடியே சித்தி வீடு நோக்கி திரும்பி வந்துகொண்டிருந்தாள்.

ஊரில் உள்ளவர்களுக்கு எல்லாம் காந்தன் காணாமல் போகும் செய்தி இயல்பானது. சித்தியிடம் அது சம்பந்தமாக யாரும் கதைப்பதுகூட கிடையாது. காந்தன் விசரன் என்று ஊருக்குள் கதைப்பதற்கு நிறையப் பேர் இருந்தார்கள். மிகுந்த துயரத்தின் பெருவிருட்சம்போல வீட்டின் முற்றத்தில் சித்தி இருந்தாள். கிழக்கின் உதிரமெங்கும் பாய்ந்து தூரத்து மரங்களின் இலைகளுக்குள்ளால் சூரியன் அவளை தொட்டது. வானத்தின் அநாவசியமான தவறைப்போல சித்தி ஒளிவிழாத

அகரமுதல்வன் ❖ 109

இடம் நகர்ந்து இருந்தாள். காந்தனுக்கு ஏதோ நடந்துவிடுவதைப்போலான சொல்லமுடியாத சாவின் கனத்த கரங்கள் சித்தியை தூக்கி சுழற்றியது. அய்யோ என்று கதறியழுத சித்தியின் அழுகைக்குள் துடைத்தழிக்க முடியாத துயரங்கள் நிரம்பியது. மீண்டும் காந்தனை தொடர்புகொண்டாள். அக்கணம் அவனின் தொடர்பு கிடைத்தது.

எங்கையடா தம்பி என்னை விட்டிட்டு போனீ? வாடா... எங்க நிக்கிறாய் காந்தன்? என்று அழுதபடியே பயத்தோடு கேட்டாள்.

அம்மா, நான் வந்துகொண்டிருக்கிறேன். பரந்தனில நிக்கிறன் வந்திடுவேன்.

வேகமாய் வாங்கோ. எனக்கு பயமாய் இருக்கு. பிள்ளையப் பார்க்கவேணும்போல இருக்கு.

சித்தி இதை சொல்லிக்கொண்டிருக்கும் போதே காந்தன் தொடர்பை துண்டித்துவிட்டான். போனில் அவளை அம்மா என்று அழைத்த சந்தோசம் பயங்கரத்தின் வெளியில் தடுமாறிச் செத்துக்கொண்டிருந்தது. காந்தன் வந்துவிடுவான் என கற்சிலையைப்போல நகரமால் பார்த்துக்கொண்டேயிருந்தாள்.

கடந்த காலங்களின் நெஞ்சிலும் முதுகிலும் கண்களிலும் முத்தங்களும் சிரிப்புகளும் வெற்றிகளும் படிந்து போயிருந்த காந்தன் அலைந்து திரிந்த பிசுபிசுப்போடு திறந்திருந்த வீட்டின் படலைக்குள் போனான். வடிந்திருந்த சித்தியின் கண்ணீரை மிக லாவகமாக கடந்து வீட்டுக்குள் போனான். தன கண்முன்னே கிடந்த குரோட்டன் செடியைப்போல துக்கம் கிளைவிட்டு வளர்ந்ததை சித்தி உணரவில்லை.

அம்மா பசிக்குது. சாப்பாட்டைத் தாங்கோ.

பெருங்களைப்போடு நசிவடைந்த குரலில் காந்தன் கேட்டபோது,

சித்தியின் கைகளைத் தேடி விடிகாலை பிரவேசித்தது. வேதனை தளும்பும் உருவமொன்று அடுப்படிக்குள் எழும்பிப் போனது அதன் நிழல் சித்தியைப்போலவிருந்தது.

"ஏன் தம்பி எங்கைதான் நீ இப்படி போய்ட்டு போய்ட்டு வாறாய், எனக்கு சொல்லலாம் தானே. அம்மாவை ஏன் கொன்றுகொண்டே இருக்கிறாய்"

சித்தி அடுப்படிக்குள் இருந்து இப்படி அழுதபடி கெஞ்சியது மடார் காந்தனின் காதுகளில் எதிரொலித்து அவனைக் ஒரு விசர் நாயைப்போலக் கவ்வியது.

அம்மாவின் அழுகைக்குள் அவளின் கேள்விகளுக்குள் மூடுண்டு போயிருந்த காந்தனால் அன்றைக்கு மட்டும் கொஞ்சம் கூடுதலாக கதைக்க முடிந்தது. "அம்மா நீங்கள் அழுது கேட்டாலும் நான் சொல்லமாட்டேன். இப்பிடி இனிமேல் கேக்கிறதை நிப்பாட்டுங்கோ. முதலில என்னைக் காணவில்லை என்றால் அழாதேங்கோ. நான் சாகமாட்டேன்" என்று காந்தன் சொன்னது தாகம் தணியாத வார்த்தைகளாக இருந்தது.

காந்தன் காணாமல் போகும் நாட்களில் எல்லாம் குளத்தை அண்டிய காட்டுக்குள் ஒரு கல்லறையின் முன் அழுகிற தாயைப்போல ஓரிடத்தின் முன்னால் இருந்து அழுது அந்தத் தரை மீது முத்தமிட்டு நித்திரையாகிவிடுகிறான். அங்கு கல்லறை கட்டப்படவில்லை. அந்த இடத்தின் கீழே யாரோ விதைக்கப்பட்டிருக்கிறார்கள்.அது அவனுக்கு மட்டும் தெரிந்த மூச்சாகவும் விதைப்பாகவுமே இருக்க முடியும். அந்தத் தரையை காந்தள் மலர்கொண்டு குளத்து தாமரை மலர்கொண்டு அலங்கரிக்கும் கண்ணீர் சிந்தும் அவன் இதுவரைக்கும் பெயர் சொல்லி அழவேயில்லை. காந்தன் மடாராகவே காணாமல் போய் வீடு திரும்பிக்கொண்டேயிருக்கிறான்.